ഗ്രീൻ ബുക്സ്

വംശസ്മൃതികൾ

അരവി

മുംബൈ Pitroda'sന്റെ ബാംഗളൂർ ബ്രാഞ്ച് മാനേജരായിരുന്നു. ഇരുപത് വർഷം ആനുകാലികങ്ങളിൽ ചെറുകഥകളും ലേഖനങ്ങളും എഴുതിയിട്ടുണ്ട്. മറുനാട്ടിൽനിന്ന് ഓഫ്‌സെറ്റിൽ അച്ചടിച്ച ആദ്യമലയാള മാസിക(മിനിമാഗസിൻ)യുടെ പത്രാധിപരും പ്രസാധകനുമായിരുന്നു.

മാസികയുടെ ആഭിമുഖ്യത്തിൽ വർഷംതോറും മലയാള കലാസാഹിത്യ പ്രതിഭകളെ പങ്കെടുപ്പിച്ച് ബാംഗളൂരിൽ സാഹിത്യ സംഗീത സർഗ സംഗമങ്ങൾ നടത്തിയിട്ടുണ്ട്. സാഹിത്യമേഖലയിലെ സമഗ്ര സംഭാവനയ്ക്കുള്ള പൂനെ പ്രവാസി ശബ്ദം അവാർഡ് ലഭിച്ചിട്ടുണ്ട്. ഇപ്പോൾ തൃശൂരിൽ ബിസിനസ് ചെയ്യുന്നു.

നോവൽ
വംശസ്മൃതികൾ

അരവി

ഗ്രീൻ ബുക്സ്

green books private limited
gb building, civil lane road, ayyanthole,
thrissur- 680 003, kerala, ph: +91 487-2381066, 2381039
website: www.greenbooksindia.com
e-mail: info@greenbooksindia.com

malayalam
vamshasmruthikal
novel
by
aravi

first published march 2016
copyright reserved

cover design : pramod kurampala

branches:
thrissur 0487-2422515
thiruvananthapuram 0471-2335301
calicut 0495 4854662
ernakulam 8589095302

isbn : 978-81-932512-6-3

no part of this publication may be reproduced,
or transmitted in any form or by any means,
without prior written permission of the publisher.

GBPL/748/2016

അവതാരിക
വംശസ്മൃതികളിൽ മുങ്ങിനിവർന്നപ്പോൾ
അടൂർ ഗോപാലകൃഷ്ണൻ

ഓർമയ്ക്ക് ചിറക് മുളയ്ക്കുമ്പോൾ അത് ഭാവനയാകും. ഭാവനയ്ക്ക് ഇന്നലെയിലേക്കും നാളെയിലേക്കും യഥേഷ്ടം പറക്കാം. താഴ്ന്നു പറക്കാം, പൊങ്ങിപ്പറക്കാം, വട്ടമിട്ടു പറക്കാം. എന്നാൽ ഇന്നലെക്കും നാളെക്കുമിടയ്ക്ക് വർത്തമാനജീവിതം ഇളക്കിത്തിളയ്ക്കുന്ന ഇന്നിന്റെ മുകളിലൂടെ അതിന് സഞ്ചരിക്കാതിരിക്കുക വയ്യ. തീരെ താഴ്ന്നു പറന്നാൽ ചിറകു കരിയും. ഏറെ പൊങ്ങിപ്പറന്നാൽ കാഴ്ചകൾ മറയും. അപ്പോൾ?

അരവിയുടെ ഏറെ പ്രത്യേകതകളുള്ള 'വംശസ്മൃതികളിൽ' മുങ്ങിനിവരുന്ന ഒരാൾക്ക് ഇങ്ങനെയൊക്കെ ചിന്തിക്കാതെ വയ്യ. സമയം എന്ന അമേയവിസ്മയത്തെപ്പറ്റി അനുഭവങ്ങൾ അമർന്നു കിടക്കുന്ന ഭൂതകാലത്തിന്റെ ആഴച്ചുഴികളെപ്പറ്റി, തലമുറകളിലൂടെ നീണ്ടുവന്ന് നമ്മെ ബന്ധനങ്ങളിൽ ഞെരുക്കുന്ന കർമബന്ധങ്ങളെപ്പറ്റി, ജനിമൃതികളുടെ ആവർത്തനവൈചിത്ര്യങ്ങളെപ്പറ്റി, ഒക്കേക്കും മീതെ ആദിമധ്യാന്തങ്ങളുടെ നിമ്നോന്നതങ്ങളിൽ തങ്ങാതെ, തടയാതെ പായുന്ന ജീവന മഹാപ്രവാഹത്തെപ്പറ്റിയൊക്കെ അനുഭവം, ഓർമ, ഭാവന - ഈ ത്രിസ്രോതസ്സുകൾ സമൃദ്ധിയോടെ, സ്വാരസ്യത്തോടെ ഒത്തുചേരുകയാണ് അരവിയുടെ ചെറുനോവലിൽ. ബൃഹത്തായ ഒരിതിഹാസനോവലിനുള്ള കഥാവസ്തു സമയബന്ധിതമായ നീണ്ടകഥയുടെ ചെറുചിമിഴിൽ ഒരു ജാലവിദ്യക്കാരന്റെ കൈയടക്കത്തോടെയാണ് ഒതുക്കിയിണക്കി വെച്ചിരിക്കുന്നത്. ഇന്നലെയുടേയും ഇന്നിന്റേയും സമയസൂചികൾ ഇവിടെ ഒന്നാകുന്നു.

കഥാകാരൻ താൻ അറിഞ്ഞും അനുഭവിച്ചും ആവിഷ്കരിക്കുന്ന ദുരന്തങ്ങളുടെ നീരാളിപ്പിടുത്തത്തിൽ സ്വയം നിലവിട്ട് മുങ്ങിത്താഴുന്നില്ല. അവസ്ഥകളിൽ ഉൾച്ചേർന്ന് സ്വകീയത മറന്ന്

നിസ്സഹായതയോടെ വിലപിക്കുന്നില്ല. മറിച്ച് നീക്കുപോക്കില്ലാത്ത നിയോഗസന്ധികളിൽ അയാൾ ഒട്ടൊരു സത്യാന്വേഷിയായ ചരിത്രകാരന്റെ നിസ്സംഗതയാർജിച്ച് വസ്തുക്കളുടെ അപ്പുറമിപ്പുറം ചികഞ്ഞുതെരഞ്ഞ് കാണാവെളിച്ചങ്ങൾ തെളിവാക്കാൻ ഒരുമ്പെട്ടു കാണുന്നു.

കഥ അനാവരണം ചെയ്യാനുപയോഗിക്കുന്ന സവിശേഷമായ ഘടനയും രചനാശൈലിയുമാണ് ഇക്കാര്യത്തിൽ സഹായകമാകുന്നത്. കാലത്തിന്റെ കഥയും കഥാകാലവും സജീവമാക്കുന്ന പാത്രങ്ങൾ, കഥയുടെ ആഴങ്ങളിലേക്ക് മുക്കുളിയിട്ട് ചെല്ലുന്ന അവരുടെ കലാകാരിയായ പിൻമുറക്കാരി, ആദ്യം അവളുടെ മനസ്സിലും പിന്നെ കടലാസിലും ആലേഖനം ചെയ്യപ്പെടുന്ന നാടകീയ മുഹൂർത്തങ്ങൾ – ഇതൊക്കെ ചേർത്തുനോക്കുമ്പോൾ സർഗപ്രക്രിയാവിധികളിലേക്ക് കഥാകാരൻ ഒരു പുതുതിരി നീട്ടുക കൂടി ചെയ്തിരിക്കുന്നുവെന്നതും അനുവാചകൻ അറിഞ്ഞിരിക്കേണ്ടതുതന്നെ.

കൃതിക്കിടെ വായിച്ചിരിക്കേണ്ട രസവിശേഷങ്ങളെപ്പറ്റി വിസ്തരിച്ചു പറയുവാനുള്ള ഒരവതാരികാകാരന്റെ പതിവു പ്രവണതയ്ക്ക് ഈ മുൻകുറിപ്പിൽ ഞാൻ കടിഞ്ഞാണിടുകയാണ്.

ഒഴുക്കും ഓജസ്സുമുള്ള ഭാഷയും ഒതുക്കമുള്ളതെങ്കിലും ഉൾക്കട്ടിയുള്ള ഘടനയും ഓർമയിൽ തറയ്ക്കുന്ന കഥാപാത്രങ്ങളും മാമൂൽ മാറിയുള്ള പദപ്രയോഗങ്ങളുടെ പുതുമയും വെയിലും മഴയും കുന്നും കുളവും പുഴയും പച്ചയും നിഴലും നേർമയും നിറയുന്ന ഗൃഹാതുരത്വമുണർത്തുന്ന മലയാളദൃശ്യങ്ങളും എല്ലാറ്റിനുമുപരിയായി ഒരിക്കലും വിവരണാസക്തമാകാത്ത സൂചനാസമർത്ഥമായ രചനാരീതിയും ഈ ചെറു നോവലിന്റെ പാരായണം അത്യന്തം ഹൃദ്യമാക്കുന്നു. കഥാ കൃത്തും പത്രാധിപരും (മിനി മാഗസിൻ) കലാസ്നേഹിയും സഹൃദയനും സ്നേഹസമ്പന്നനുമായ എന്റെ സുഹൃത്ത് അരവിയുടെ ഈ കന്നിക്കൃതി അളവറ്റ സന്തോഷത്തോടെയാണ് ഞാൻ വകതിരിവുള്ള വായനക്കാർക്കു മുന്നിൽ സമർപ്പിക്കുന്നത്. ∎

വംശസ്മൃതികൾ

ഒന്ന്

മറുനാടൻ റെജിസ്ട്രേഷനുള്ള വിലകൂടിയ കാറിലായിരുന്നു വിശ്വനാഥൻ എന്ന മാമുണ്ണിയുടെ വരവ്. പൂരപ്പറമ്പിന് ചുറ്റുമുള്ള സ്വരാജ് റൗണ്ടിൽ രണ്ടുമൂന്നുവട്ടം കറങ്ങിയ ശേഷമാണ് കുറുപ്പം റോഡിലേക്ക് വണ്ടി ഇറങ്ങിയത്.

ചാരനിറത്തിലുള്ള ജീൻസും വൈറ്റ് ഷർട്ടുമായിരുന്നു വേഷം. ട്രിം ചെയ്ത താടിയും കണ്ണടയുമൊക്കെയായി ആകെയൊരു കോർപ്പറേറ്റ് കമ്പനി എക്സിക്യൂട്ടീവ് സ്റ്റൈലിലായിരുന്നു അയാൾ.

പിൻസീറ്റിൽ ഒപ്പം ഭാര്യയുണ്ട്. ഡ്രൈവ് ചെയ്തിരുന്നത് മകൻ ഹരികൃഷ്ണൻ. പത്തിരുപത്തിനാല് വയസ്സുണ്ടയാൾക്ക്. സ്മാർട്ട്. അച്ഛന്റേയും അമ്മയുടേയും ജന്മനാട്ടിലേക്ക് ആദ്യമായി വരുന്നതിന്റെ ത്രില്ലൊന്നും അയാളിലില്ലായിരുന്നു. തൊട്ടരികെ ഇരുന്നിരുന്ന അവന്റെ ഭാര്യക്ക് പക്ഷേ മറിച്ചാണ്.

വിസ്മയവും ആഹ്ലാദവും അവളിൽ നിറഞ്ഞിരുന്നു. ഹിന്ദിയിലും ഇംഗ്ലീഷിലും സ്ഫുടമല്ലാത്ത മലയാളത്തിലും അവൾ എന്തെല്ലാമോ ചോദിക്കുന്നുണ്ട്. സംശയങ്ങളാണ് ഏറെ. മറുപടി പറയാതെ ഹരിമണ്ടൂസിനെപ്പോലെ മിണ്ടാതിരുന്നു. ഒരുപക്ഷേ, അവന് വിശദീകരിക്കാനറിയില്ലായിരിക്കാം.

ദേഷ്യത്തോടെ അവൾ പറഞ്ഞു. "ഹരികൃഷ്ണാ യൂ ആർ എ റിയൽ ബ്ലോക്ക് ഹെഡ്." അവൻ ചിരിച്ചു. "നിനക്ക് വട്ടാണ് റോഷ്മാ."

പറഞ്ഞത് അബദ്ധമായോ എന്ന മട്ടിൽ രണ്ടുപേരും തിരിഞ്ഞുനോക്കി. കണ്ണടച്ച് യോഗനിദ്രയിലെന്നപോലെ ചാരിക്കിടക്കുന്ന വിശ്വനാഥൻ എന്ന മാമുണ്ണിയുടെ ഇടതുകൈ ഭാര്യയും മടിയിലാണ്. പൂർവസ്മൃതികൾ കോരിയെടുക്കാനെന്നവണ്ണം ഭാര്യ, അശ്വതി അയാളുടെ കൈപ്പടത്തിൽ തഴുകിക്കൊണ്ടിരുന്നു. അവരുടെ സീമന്തരേഖയിൽ കട്ടിയായിട്ട സിന്ദൂരം, കൈകളിൽ രാജസ്ഥാനി വളകൾ, കാൽവിരലിൽ വെള്ളിമോതിരം. മറ്റൊരു നക്ഷത്രംപോലെ തിളങ്ങുന്ന വൈരക്കൽ മൂക്കുത്തി.

"തൃശൂരെത്തീട്ടോ." അശ്വതി ആരോടുമല്ലാതെ പറഞ്ഞു.

വിശ്വനാഥന് ഒരു പക്ഷേ അപ്പോൾ തോന്നിയത് വേറൊന്നാകാം. തൃശൂരോ തിരുവനന്തപുരമോ, കൊൽക്കത്തയോ എങ്ങോട്ടും പോകുകയോ വരികയോ ചെയ്യുന്നില്ലല്ലോ. ആളുകൾ അങ്ങോട്ടേക്കല്ലേ ചെല്ലുന്നത്.

കാലവും വ്യത്യസ്തമല്ല. സ്പീഡുണ്ടായാൽ അചേതനമായ കാലത്തിന്റെ അതിരുകൾ ലംഘിച്ച് സ്വന്തം വംശപരമ്പരയുടെ മറ്റൊരറ്റത്തുള്ള പൂർവാശ്രമത്തിലേക്ക് മാമുണ്ണിയായി തിരിച്ചുപോകാൻ വിശ്വനാഥന് സാധ്യമാകും. അങ്ങനെ അവിടത്തെ കാഴ്ചകളിൽ ആനന്ദിക്കുകയുമാകാം.

യോഗവിദ്യയോ മറ്റേതെങ്കിലും സൂത്രമോ വശമുണ്ടെങ്കിൽ ജീൻസ്, കാറിൽ തന്നെ വിട്ട്, മാമുണ്ണിയുടെ കച്ച ചുറ്റി, ഉച്ചിക്കുടുമയിൽ പൂ ചൂടി, പത്നി പാപ്പിക്കുട്ടിയെ ചുംബിച്ച്, പൊടുന്നനെ ഇപ്പോഴത്തെ പത്നി അശ്വതിയുടെ മടിയിൽ കൈവച്ച് അവളുടെ സ്പർശനത്തിൽ മയങ്ങി മായയെക്കുറിച്ച് ചിന്തിക്കുകയുമാകാം.

വണ്ടി നിർത്തി ഹരി ആരോടോ വഴി ചോദിച്ചു. കാർ കണിമംഗലം കടന്നപ്പോഴേക്കും റോഷ്മ മിത്ര അവനോടുള്ള ശുണ്ഠി മതിയാക്കി. കാറ്റിൽ പറക്കുന്ന നീണ്ട സിൽക്ക് മുടി ചുമലിൽ ചേർത്തുപിടിച്ച് പുറകിലേക്ക് തിരിഞ്ഞ് ചോദിച്ചു: “മമ്മീ ഞാനങ്ങ് വരട്ടെ?”

“വരൂ മോളെ.”

“എടാ ഹരീ, വണ്ടി നിർത്ത്.”

“യൂ ക്രേസീ ഗെറ്റ് ലോസ്റ്റ്.”

അയാൾ ഓരം ചേർത്ത് വണ്ടിക്ക് ബ്രേക്കിട്ടു. പിൻഡോർ തുറന്ന്, ഉള്ളിൽ കടക്കുമ്പോൾ, റോഷ്മയുടെ കൈയിൽ പൊതിഞ്ഞുപിടിച്ച സ്കെച്ച് ബുക്കുണ്ടായിരുന്നു. കണ്ടതും കേട്ടതും കഥയോ ചിത്രങ്ങളോ ആക്കുന്നത് ഈ ബംഗാളി പെണ്ണിന്റെ ഹോബി. അവൾ ഹരിയുടെ കോളേജ് മെയ്റ്റായിരുന്നു. പിന്നെ അവർ പരസ്പരം സ്വന്തമാവുകയാണുണ്ടായത്.

പിൻസീറ്റിൽ വന്ന മരുമകളെ ചേർത്തുപിടിച്ച് അശ്വതി പറഞ്ഞു.

“മമ്മീടെ നല്ല മോളല്ലേ റൂമാ? ഞാൻ പറഞ്ഞിട്ടില്ലേ അവനെ എടാ പോടാന്ന് വിളിക്കരുതെന്ന്?”

“സോറി മമ്മീ.”

“യൂ നോ, ഹീ ഈസ് നോ മോർ യോർ ഫ്രണ്ട്, ബട്ട്?”

“യെസ് മാ, ഹീ ഈസ് മൈ മാൻ - മൈ ഹസ്ബന്റ് ആന്റ് മി... യെസ് അയാം ഏൻ ഇന്ത്യൻ വൈഫ് - ഒ.കെ.”

“ഗുഡ് ഗേൾ.”

റോഷ്മ, റാപ്പർ അഴിച്ച് സ്കെച്ച് ബുക്കിന്റെ പുറംചട്ട തുറന്നു.

ആദ്യചിത്രം അശ്വതിയുടേത്, ഇരുപതോ ഇരുപത്തിരണ്ടോ വയസ്സുള്ള കാലത്തെ രൂപം. പിന്നെ കൈനീട്ടി അവൾ വിശ്വനെ തൊട്ടു. “സീ പപ്പാ ഹൗ ഈസ് യോർ ബിലവ്ഡ് അശ്വതി ലുക്സ് അറ്റ് ഹേർ റ്റ്വന്റീസ്?”

ഈ പെൺകുട്ടി ശരപറ സ്കെച്ചിങ്ങ് തുടങ്ങിയ സമയത്ത് എപ്പോഴോ അയാൾ അവളോട് ചോദിക്കുകയുണ്ടായി.

"റോഷ്മക്കുട്ടിയെന്താണ് വരച്ച് കൂട്ടുന്നത്?"

"എ സീരീസ് ഓഫ് സ്കെച്ചസ്."

"ദാറ്റ്സ് നൈസ്. പക്ഷേ എന്താണ് മോൾടെ സബ്ജക്റ്റ്?"

"എ വണ്ടർഫുൾ ജിനിയാലജി ഓഫ് യോർ ഫാമിലി."

"ഓഫ് മൈ ഫാമിലി?"

"യെസ് പപ്പാ, ദാറ്റീസ് വാട്ട് ദ് ഹിസ്റ്ററി ഓഫ് ഡിസെന്റ് ഫ്രം ആൻസെസ്റ്റർ ബൈ ഇന്യുമറേഷൻ ഓഫ് ഇന്റർമീഡിയറ്റ് പേഴ്സൺസ്."

"ഈ വംശപരമ്പര നിനക്കാരാണ് പറഞ്ഞുതന്നത്?"

"മമ്മി."

"പക്ഷേ അതൊന്നും നിന്റെ സങ്കല്പത്തിനു വഴങ്ങില്ല, റുമക്കുട്ടി."

"ബൈറ്റ് പപ്പാ, ഐ വിൽ ഡു ഇറ്റ് ഏന്റ് ലേറ്റർ വി വിൽ ഗോ ദേർ."

"എങ്ങോട്ട്?"

"വംശസ്മൃതിയുടെ കാലങ്ങളിലേക്ക് - കഥയുടെ ഭൂമികയിലേക്ക്."

അതായിരുന്നു, യാത്രയുടെ കാരണം.

അടുത്ത പേജിൽ മറ്റൊരു യുവസുന്ദരിയുടെ ചിത്രമാണ്. വിടർന്ന കണ്ണുകളിൽ വിഷാദമേഘചരായ വീണുകിടക്കുന്നു. പാറിപ്പറക്കുന്ന മുടിയാണവളുടെ. നഗ്നമായ കഴുത്ത് - താഴെ യൗവനസമൃദ്ധി. ഇവൾ സുജാത.

വീണ്ടും ചിത്രങ്ങൾ. ഏതോ കുന്നിൻചരിവിലൂടെ പാറക്കെട്ടുകളിൽ തട്ടിമുട്ടിയൊഴുകുന്ന പുഴയുടെ കരയിൽ, ചെറുപ്പക്കാരിയായ അശ്വതിയും കള്ളിമുണ്ടും ചെക്ക് ഷർട്ടുമിട്ട വിശ്വനാഥനും അയാൾ ഒരു നിമിഷം അതിലേക്ക് നോക്കി. അശ്വതിയുടെ കണ്ണുകൾ തിളങ്ങി. പൂർവാശ്രമത്തിലെ മാമുണ്ണിയെ കാണുകയായിരുന്നു വിശ്വൻ. കുളക്കടവിൽ മുട്ടുമടക്കി ജലത്തിൽ കണ്ണാടി നോക്കുന്ന കുന്നിൻനിരകളുടെ മടക്കുകളിൽ പൂത്തുലയുന്ന തെച്ചിയും കാട്ടുചെമ്പകവും. എന്നും പുലരിപോലെ അവയെ കാണാനെത്തുന്ന മാമുണ്ണി. മാമുണ്ണിയുടെ വില്ലുകടുക്കനിട്ട കാതിൽ തൊട്ടുകിടക്കുന്ന കുടുമയിൽ ചെത്തിപ്പൂക്കൾ ചേക്കേറുന്നു.

തങ്കത്തകിടൊത്ത നെറ്റിയിലും ബലിഷ്ഠമായ കൈത്തണ്ടകളിലും മാറിലും ഭസ്മചന്ദനക്കുറികൾ. ചുണ്ടിൽ ഉതിർമണികളായി സംസ്കൃത ശ്ലോകങ്ങൾ.

പറിച്ച പച്ചമരുന്നുകൾ കഴുകിയെടുക്കാനായി കുളക്കടവിൽ വന്നതായിരുന്നു മാമുണ്ണി. ഊട്ടുപുരയിലെ പൂണിയും ചെറിയ ഓട്ടുരുളിയും കഴുകുകയായിരുന്നു പാപ്പിക്കുട്ടി.

നീട്ടിയ കാതുകളിലെ ഊഞ്ഞാലാടുന്ന തോടകളിലും, ചുട്ടിത്തോർത്തിനെ തള്ളിമാറ്റി പുറത്തേക്ക് ത്രസിച്ചുനിൽക്കുന്ന മുലകളിലും സൂര്യസ്പർശം.

മാമുണ്ണിയുടെ ദേഹവടിവിൽ അവളുടെ കണ്ണുകൾ ഒരു നിമിഷം നഷ്ടപ്പെട്ടു.

പിന്നെ ചുറ്റും നോക്കി. മാറ് മറച്ചിരുന്ന ചുട്ടിത്തോർത്ത് ഇഴുകിവീണതവൾ അറിയുന്നില്ല. കറുത്ത ചരടിൽ കോർത്തിട്ട തങ്ക ഏലസ്സിന് കാവൽ നിൽക്കുന്ന എടുപ്പും മുഴുപ്പുമുള്ള യൗവനസമൃദ്ധിയിലായിരുന്നു മാമുണ്ണിയുടെ കണ്ണ്.

ഭയത്തോടെ അയാൾ പറഞ്ഞു.

“പേടിക്കേണ്ട, ഞാനിതാ പോകാം.”

കിതപ്പോടെ അവളാശിച്ചു. “ഈ സൂര്യതേജസ് എന്നിലാകെ പടർന്നെങ്കിൽ; എന്റെ ഇന്ദ്രിയസ്തംഭനങ്ങളിൽ ഉദ്ധാരണത്തിന്റെ സ്പർശങ്ങളായിരുന്നെങ്കിൽ.

മാമുണ്ണി അവിടെത്തന്നെ നിൽക്കുകയായിരുന്നു. മാറുമറയ്ക്കാൻ മറന്ന പാപ്പിക്കുട്ടിയും. അവരുടെ ജലഛായയിൽ പരൽമീനുകൾ ഇണ ചേർന്നു.

പൊടുന്നനെ പച്ചമരുന്നുകൾ താഴെയിട്ട്, മാമുണ്ണി പാപ്പുക്കുട്ടിയുടെ കൈകൾ ചേർത്തുപിടിച്ചു.

കൈകൾ പിൻവലിക്കാനായില്ല. ഇനി ഒരിക്കലുമാവില്ലെന്ന് അവൾ അറിയുന്നു. എന്റെ പുരുഷൻ ഇദ്ദേഹമാണ്. അതുവരെയറിയാത്ത ആനന്ദം അവളെ പൊതിയുകയാണ്. മാമുണ്ണി കുനിഞ്ഞ് കൈക്കുമ്പിൾ നിറയെ ജലമെടുത്തു.

“കൈനീട്ടൂ...”

ഇനി അനുസരിക്കാനേ ആവൂ.

നീട്ടിയ കൈക്കുമ്പിളിന് കനകാംബരങ്ങളുടെ ഹൃദയരാഗം. അതിലേക്ക് ജലം പകർന്നു. ഈ തീർത്ഥം, മേലെ സൂര്യൻ, പാർശ്വേദേവൻ - ഇവർ മൂവരും സാക്ഷി - വീണുകിടന്ന ചുട്ടിത്തോർത്ത് കുനിഞ്ഞെടുത്ത് നാലായി മടക്കി പാപ്പിക്കുട്ടിക്ക് നീട്ടി.

പുരാണങ്ങളിലാണ് ഗാന്ധർവം. ഇവിടെ ഇപ്പോൾ - ഭഗവാനേ...

കോവിലകം തമ്പുരാൻ ഭ്രഷ്ടനാക്കിയ മാമുണ്ണി. കഴുങ്ങൽ കാരണവരുടെ കരുണയിൽ കഴിയുന്ന അജ്ഞാതൻ.

എല്ലാം ഒരു സ്വപ്നം പോലെ. അടുത്ത നിമിഷം അവൾ അയാളുടെ കാൽക്കൽ കുമ്പിട്ടു. പാദധൂളികളിൽ തൊട്ട് ശിരസിൽ വച്ചു. പിന്നെ അവിടെ നിന്നില്ല. പൂണിയും ഓട്ടുരുളിയും കുളക്കടവിൽ മറന്നിട്ട്, ക്ഷേത്രനടയിലേക്കോടി.

രണ്ട്

റോഷ്മയുടെ ബുക്കിൽ കുളക്കടവിലെതന്നെ മറ്റൊരു ചിത്രം ചലിക്കാൻ തുടങ്ങിയപ്പോൾ അശ്വതിയുടെ കാതിൽ സംഭാഷണങ്ങളുടെ സി.ഡി. പ്രവർത്തിക്കാൻ തുടങ്ങി.

"ഏട്ടത്തീ, ഈ സ്നേഹം എന്നൊക്കെയുള്ളത് എങ്ങനാ ഉണ്ടാവ്വ?"

"ആവോ എനിക്കറീല്ല്യാ. പിന്നെ എനിക്കറ്യാത്തതേ, എന്റെ സുജയ്ക്ക് എന്താ പറ്റ്യേന്നാ."

സി.ഡി. കുറച്ചുനേരം നിശ്ശബ്ദമായി. തുടർന്ന് സുജാതയുടെ വാക്കുകൾ.

"അതേ നമ്മളറിയാതെ, മനസ്സിൽ തനിയെ മുളയ്ക്കുകയും വളരുകയും ചെയ്ത് നമ്മോടൊപ്പം ചത്തുപോകുന്നതാ. സ്നേഹിച്ച ഒരാളെ വെറുക്കാനാവുമെന്നൊക്കെ പറയുന്നത് വെറുതെയാ. ദേഷ്യത്തിലങ്ങനെ വല്ലതും പറഞ്ഞാലും അതൊന്നും മനസ്സീന്ന് വരുന്നതല്ലാട്ടോ."

"നീയിപ്പോ ആവശ്യമില്ലാത്തതൊക്കെ ഓർക്ക്വാ."

"ഓർക്കാണ്ടായാൽ പിന്നെ എനിക്ക് ജീവിക്കാനാവില്ല ഏട്ടത്തീ."

"സുജാതേ, കുറെയൊക്കെ എനിക്കറിയാം. പക്ഷേ അവസാനം എന്താ ഉണ്ടായേന്ന് നിശ്ശല്യാ."

"എന്തുണ്ടാവാനാ ഏട്ടത്തീ - എന്നെപ്പോലുള്ളവരുടെ ജീവിതത്തിൽ ഇങ്ങനെ തന്ന്യാ സംഭവിക്കാ."

"ഗോപി എവിടാന്ന് നിനക്കറിയോ?"

"ഉവ്വ്. എനിക്ക് ഇടയ്ക്കിടയ്ക്ക് എഴുതാറുണ്ട്. ഞാൻ മറുപടിയും അയയ്ക്കും."

"എന്ത്?"

"അതെ ഏട്ടത്തി. എനിക്ക് ഗോപിയേട്ടനെ മറക്കാനാവില്ല. ഗോപിയേട്ടന് എന്നെയും."

"പിന്നെന്താ പ്രശ്നം?"

"പ്രശ്നമൊന്നുമില്ല. ഗോപിയേട്ടനോടുള്ള സ്നേഹം കൂടിയപ്പോൾ എനിക്ക് അനുരാധയേയും സ്നേഹിക്കാനാകുന്നുണ്ട്."

"അനുരാധയോ? ആരാണവൾ?"

"ഗോപിയേട്ടന്റെ ഭാര്യ?"

പിന്നെയും ധാരാളം ചിത്രങ്ങൾ. മറ്റേതോ കണ്ടയുടനെ, അശ്വതി മുഖം തിരിച്ചു.

കാർ അപ്പോഴും ഓടിക്കൊണ്ടേയിരുന്നു. ഹരി ഹിന്ദിഗാനം മൂളുന്നുണ്ട്. ബാക്കി മൂവരും ഏതോ പൂർവകഥയുടെ നിശ്ശബ്ദ ചലച്ചിത്രം മനസ്സിൽ കാണുകയായിരുന്നോ?

മൂന്ന്

യാത്രയ്ക്ക് മുമ്പ്:

ഫ്ളാറ്റിൽ അവളുടെ റൂമിൽ റോഷ്മ തനിയെ. ചിത്രങ്ങളുടേയും കുറിപ്പുകളുടേയും പ്രിന്റ് ഔട്ട് എടുക്കുംമുമ്പേ ഒരിക്കൽകൂടി അവൾ അവ മോണിട്ടറിൽ കാണുകയായിരുന്നു. അപ്പോൾ അപരിചിതമായ ഏതോ ഉൾനാടൻ ഗ്രാമത്തിലെ വിജനമായ പാതയിൽ, രാത്രി ഒറ്റയ്ക്ക് അദൃശ്യയായി നിൽക്കുന്നതായി അവൾക്ക് തോന്നി.

ചിമ്മിനിക്കട്ടകൾ കയറ്റിയ ഒരു പഴയ ലോറി പാഞ്ഞുവരുന്നു. അതിമ്പുറത്ത് ഒരാൾ മൂടിപ്പുതച്ചു കിടക്കുന്നുണ്ട്.

മരത്തലപ്പുകളിലും നിരപ്പലകകളിട്ടു പൂട്ടിയ പീടികകളിലും പാർട്ടി ചിഹ്നങ്ങൾ വരച്ചിട്ട മതിലുകളിലും ലോറിയുടെ ഹെഡ്‌ലൈറ്റ് കയറി ഇറങ്ങി മുന്നോട്ടുപോയി. വളവ് ഇറങ്ങി, കലുങ്കിനടുത്ത് എത്തുംമുമ്പേയുള്ള പഴയ ഒരു ചുമടുതാങ്ങിക്കരികെ ലോറി നിന്നു. ഹെഡ്‌ലൈറ്റ് ഓഫായി.

കാബിന്റെ പിൻപലകയിൽ തട്ടി ഡ്രൈവർ വിളിച്ചു.

"കുട്ടപ്പാ ഇറങ്ങിവാ."

ഡോർ തുറന്നത് യുവതിയാണ്. പിന്നാലെ യുവാവും ഇറങ്ങി. ലോറിക്ക് മുകളിൽ നിന്ന് വന്നയാൾ പുതപ്പ് മടക്കി കാബിൻ സീറ്റിലേക്കിട്ടു.

യുവാവ് പണമെടുത്തു നീട്ടി. കാബിനിൽനിന്ന് വേണ്ടെന്ന് ആംഗ്യം കാണിക്കുന്ന ഡ്രൈവറുടെ കൈ മാത്രമേ കാണുന്നുള്ളൂ.

ക്ലീനർ കുട്ടപ്പൻ ചോദിച്ചു.

"ഇനി ആ വഴിയൊക്കെ മറക്കും, ഇല്ലേ?"

യുവാവ് അയാളുടെ ചുമലിൽ തട്ടി.

"അതെങ്ങനെ മറക്കാനാ കുട്ടപ്പാ?" കുട്ടപ്പൻ ലോറിയിൽ കയറി കണ്ടക്ടർ സ്റ്റൈലിൽ "റൈറ്റ്" പറഞ്ഞു. ഹെഡ് ലൈറ്റ് തെളിച്ച്, ലോറി ഇരമ്പി

മുന്നോട്ട് നീങ്ങി. ചുവന്ന ടൈൽലാമ്പ് ഇരുട്ടിൽ ഇല്ലാതാകുംവരെ നിശ്ചല നിഴൽച്ചിത്രങ്ങളായി അവർ.

പിന്നെ റോഡ് കുറുകെ കടന്ന്, അപ്പുറമുള്ള വയൽവരമ്പിലേക്കിറങ്ങി. യുവാവിന്റെ പെൻടോർച്ചിന് വെളിച്ചം കുറവാണ്. അത് വരമ്പിൽ വെളുത്ത വളയങ്ങളുടെ മുട്ടയിട്ട് മുന്നോട്ട് നീങ്ങിക്കൊണ്ടിരുന്നു.

വളയങ്ങൾ പക്ഷേ വെളുത്ത കുപ്പിവളകളായിട്ടാണ് യുവതിക്കു തോന്നിയത്. മുന്നിൽ നടക്കുന്നയാളുടെ ചുണ്ടിൽ ബീഡിയുടെ തീച്ചിരിയുണ്ടായിരുന്നു. പുറകോട്ടൊഴുകിയ ബീഡിപ്പുക അവളുടെ തലയ്ക്കു മീതെ കടന്നുപോയി. ഈ മണവുമായി ഇനിയും പൊരുത്തപ്പെടാനായിട്ടില്ലെന്ന് അവൾ അറിഞ്ഞു. യാത്രയും തീയിലേക്കാണല്ലോയെന്ന് വ്യസനിക്കുകയും ചെയ്തു.

“വെളുത്തിട്ട് പോയാൽ പോരേ?” അവളുടെ ചോദ്യത്തിന് മറുപടിയുണ്ടായില്ല. പാടവരമ്പ് തൊട്ടുനിന്നത് ആൽത്തറയ്ക്കൽ. മേലേ കലിതുള്ളുന്ന ആലിലകൾ. കുറച്ച് മുന്നിൽ കുറേ കൽപ്പടവുകൾ. അവ ക്ഷേത്രത്തിലേക്കാണ്. നട തുറന്നിട്ടുണ്ട്. ഉള്ളിൽ ഉരുകിത്തെളിയുന്ന ഒറ്റത്തിരിവിളക്ക്. പൂജയ്ക്ക് സമയമാകുന്നേയുള്ളായിരിക്കാം.

ക്ഷേത്രത്തിന് പിന്നിൽ കുന്നിൻനിരകളിൽ പുലരി കുങ്കുമം വിതറിയിരിക്കുന്നു. മകരക്കുളിരിന്റെ ഇളംകാറ്റ് ആലിലകളിൽ ഹർഷോന്മാദമുണ്ടാക്കി.

അയാൾ പറഞ്ഞു.

“കയറിയിരുന്നോളൂ.”

അവൾ സാരി വലിച്ചുപുതച്ച് ആൽത്തറയിൽ കയറിയിരുന്നു. കാൽമുട്ടുകളിൽ മുഖം പൂഴ്ത്തി.

അയാൾ രണ്ടുമൂന്നു ബീഡി കൂടെ പുകച്ചിരുന്നിരിക്കണം.

ശരണം വിളിയുമായി ചില അയ്യപ്പന്മാർ കുളക്കടവിലേക്ക് അവരുടെ മുന്നിലൂടെ കടന്നുപോയി.

ക്ഷേത്രത്തിൽ വിളക്കുകൾ തെളിഞ്ഞു. മണിയൊച്ചയും കേൾക്കുന്നുണ്ട്.

‘പോകാം’ അയാൾ അവളെ തട്ടിവിളിച്ചു.

ചെറുമയക്കത്തിൽ നിന്ന് ഉണർന്നു അവൾ. ആശിച്ചത് വേറൊന്നായിരുന്നു.

നീരാവി പൊന്തുന്ന ക്ഷേത്രക്കുളത്തിൽ ഒരു മുങ്ങിക്കുളി. പിന്നെ തണുത്ത ചന്ദനംതൊട്ട് തേവരെ പ്രാർത്ഥിക്കുക.

എന്നാൽ അയാൾ നടന്നുതുടങ്ങിയിരിക്കുന്നു. തോൾബാഗും തൂക്കി, അവൾ അയാളുടെ പുറകിലെത്തി.

നാല്

റ്റിവിയിൽ രബീന്ദ്രസംഗീതം.

റോഷ്മ അശ്വതിയോട് ചോദിച്ചു.

"പിന്നീടെന്തായിരുന്നു മമ്മീ?" അശ്വതി മറുപടി പറയാൻ തുടങ്ങിയ തേയുള്ളൂ.

ലാൻഡ് ചെയ്യാൻ തുടങ്ങിയ ജെറ്റ് വിമാനം അപ്പാർട്ട്മെന്റിന് മേലെ ഇരമ്പി. അടുത്ത ബിൽഡിങ്ങിൽ പായുന്ന ജെറ്റിന്റെ നിഴൽ, ജാലകത്തിലൂടെ റോഷ്മ കണ്ടു. അശ്വതി ഫ്രിഡ്ജിൽ നിന്നെടുത്ത ജ്യൂസ് രണ്ട് ഗ്ലാസിൽ പകർന്നു. വിമാനത്തിന്റെ ഇരമ്പലിൽ മുങ്ങിപ്പോയ രബീന്ദ്രസംഗീതം വീണ്ടും കുളിർകാറ്റുപോലെ അവരെ തഴുകി.

അശ്വതി ടേബിളിൽ ഗ്ലാസ് വച്ചു. അവിടെ കിടന്ന ഡ്രോയിംഗ് പേപ്പറിൽ റോഷ്മ വരച്ച ചിത്രമുണ്ട്.

ആൽത്തറ. കൽപ്പടവുകൾമേലെ ചെറിയ ക്ഷേത്രം. മതിലിൽ മിന്നുന്ന മൺചെരാതുകൾ. പിന്നിൽ, കുന്നിൻനിരകളിലെ കാവിയിലേക്ക് ഹംസഗമനങ്ങളായി എത്തുന്ന മേഘത്തുണ്ടുകൾ.

"നന്നായിരിക്കുന്നു." അശ്വതി പറഞ്ഞു.

"പക്ഷേ, നീ കേരളം കണ്ടിട്ടില്ലല്ലോ? അതുകൊണ്ട് അവിടത്തെ ഗ്രാമക്ഷേത്രങ്ങൾ നിനക്ക് സങ്കല്പിക്കാനാവില്ല റുമക്കുട്ടീ."

"ഡോൺ ബോദർ മാ, ഐ വിൽ ഫൈന്റ് ഇറ്റ് ഔട്ട് ലേറ്റർ."

"ദാറ്റ്സ് ഓകെ ഡിയർ."

അടുക്കളയിലേക്ക് നടക്കാൻ തുടങ്ങിയപ്പോൾ, റോഷ്മ അശ്വതിയുടെ സാരിത്തുമ്പിൽ പിടിച്ചു.

"പ്ലീസ് മാ ബാക്കി കൂടെ പറയൂ."

"പിന്നീടെപ്പോഴെങ്കിലും പോരേ?"

"നോ മാ കുറച്ചെന്തെങ്കിലും പറയൂ. ലെറ്റ് മി റിലീവ് ഫ്രം മൈ ആങ്സൈറ്റി, പ്ലീസ്."

അഞ്ച്

വരമ്പോരങ്ങളിൽ മഞ്ഞിൻകണികകളുമായി കറുകത്തുമ്പുകൾ വരിയിട്ടു നിന്നിരുന്നു. കൊയ്തൊഴിഞ്ഞ പാടങ്ങൾ വയൽപ്പരപ്പുകളുടെ കണ്ണീരിന്റെ നനവ് ഒപ്പിയെടുത്തിട്ടുണ്ട്.

ചെറുവരമ്പിലൂടെ നടന്നുകയറിയത് തോട്ടിൻകരയിലാണ്. തോടിനു കുറുകെ തെങ്ങിന്റെ ഒറ്റത്തടിപ്പാലം.

അതിനു കീഴെ ഒരാൾ താഴ്ച്ച.

ഒഴുക്ക് മറന്ന തെളിനീരിൽ ആകാശം വീണുകിടന്നതിനാൽ അവൾക്ക് തോന്നിയത് പാതാള ആഴമായിരുന്നു. അയാൾ വളരെ വേഗം അക്കരെയെത്തി. ഇഞ്ചപ്പുൽക്കൂട്ടത്തിനരികെ നിന്നു.

ഉരുണ്ട ഈ തെങ്ങിൻതടിയിലൂടെ എങ്ങനെയാണ് കടക്കുക? പരിഭ്രമിക്കുന്ന അവളോട് അയാൾ പറഞ്ഞു.

"ധൈര്യമായി വാ. വീണാൽ ഞാൻ തപ്പിയെടുത്തോളാം."

അവൾക്ക് ധൈര്യമില്ലായിരുന്നു.

അയാൾ പാലത്തിനു പകുതിവരെ വന്ന് കൈ നീട്ടി.

ആ കൈ ബലത്തിൽ മുറുകെപ്പിടിച്ച് അവൾ മറുകരയെത്തി. ഇഞ്ചപ്പുൽക്കാടുകൾക്കിടയിലെ നടപ്പാതയിലൂടെ നീങ്ങുന്നതിനിടയ്ക്ക് അയാൾ വിരൽചൂണ്ടി.

"അതാണ് വീട്."

വളഞ്ഞുപുളഞ്ഞ് പോകുന്ന പാതയ്ക്ക് കുറച്ചകലെ, ആകാശധ്യാനം ചെയ്യുന്ന ചമ്പത്തെങ്ങുകളുടെ ഒരു തൊടി. അതിന് നടുവിൽ പഴയ പ്രതാപം ഓർത്തു സങ്കടപ്പെടുന്ന കൂനു കയറിയ വൃദ്ധനെപ്പോലൊരു വീട്.

നടന്നെത്തിയത്, പൊട്ടിപ്പൊളിഞ്ഞ ഒതുക്കുകൾക്കരികെ.

മുറ്റത്ത് ഒരു നിമിഷം നിന്നശേഷം അയാൾ ഈട്ടാമി തലപ്പും കോഴിവാലൻ ചെടികളും വരിയിട്ടു നിൽക്കുന്ന വടക്കാമ്പുറത്തേക്ക് അപ്രത്യക്ഷനായി.

തോൾബാഗുമായി അവൾ കയറിച്ചെന്നു. മുറ്റത്ത് പന്തൽവിരിച്ച കൂവളം. വീണുകിടക്കുന്ന രണ്ടോ മൂന്നോ കരിങ്കൽ പ്രതിഷ്ഠകൾ. കണ്ഠാകർണനോ വീരഭദ്രനൊക്കെയാകാം. ഒന്നിനും രൂപമില്ല. തെക്ക് പടിഞ്ഞാറേ മൂലയിൽ പാണ്ടുപിടിച്ച ഗണപതി. എണ്ണയും കരിച്ചാന്തും ഗണേശന് കിട്ടിയിട്ട് കാലമേറെയായിട്ടുണ്ട്. തറ പൊളിഞ്ഞിരിക്കുന്നു. ചെങ്കല്ലിന്റെ വിടവുകളിൽ വേര് ഇറക്കി പേരറിയാത്ത ചെടികൾ എത്തിനോക്കുന്നുണ്ട്. മുൻവാതിൽ അടഞ്ഞുകിടക്കുന്നു. നെഞ്ചിടിപ്പിന്റെ മേളം മുറുകുകയാണ്. ദൈവമേ, എല്ലാം അറിഞ്ഞാണ് ഇറങ്ങിത്തിരിച്ചത്. അതിമോഹങ്ങളില്ല. എങ്കിലും...

ചങ്കിൽ ഗദ്ഗദ ചിറകടി.

പറന്നിറങ്ങിയ വാൽകുണുക്കിപ്പക്ഷികൾ തൂവൽ വിറപ്പിച്ച് അവളെ നോക്കി.

ജനൽക്കർട്ടനു പിന്നിൽ ആളനങ്ങിയോ? ഇല്ല! വെറും തോന്നൽ മാത്രമായിരുന്നു.

പഴയ നിശ്ചലത.

എവിടെനിന്നെങ്കിലും ഒരു ചെറുശബ്ദം കേൾക്കാൻ കൊതിച്ചു.

കാറ്റുപോലും കടന്നുവന്നില്ല. കണ്ണുകൾ ഇറുകെയടച്ച് അവൾ ദൈവത്തെ വിളിച്ചു.

ഈശ്വരാ! കൊന്നുതരികയാണ് ഇതിലും ഭേദം. ഇല്ലെങ്കിൽ മറ്റെങ്ങോട്ടെങ്കിലും പോകാൻ തോന്നിച്ചാൽ മതിയായിരുന്നില്ലേ?

എത്രനേരം ആ നിൽപ് നിന്നുവെന്ന് ഓർമയില്ല.

"വന്നത് ഞാനറിഞ്ഞില്ലായിരുന്നു. ഏട്ടൻ പറഞ്ഞതുമില്ല."

സാന്ത്വനത്തിന്റെ തൂവൽസ്പർശമുള്ള വാക്കുകൾ.

കണ്ണുകൾ തുറന്നു. മുന്നിൽ നിൽക്കുന്ന സുന്ദരി ആരെന്നറിയാം; മുമ്പ് കണ്ടിട്ടില്ലെങ്കിലും. അവൾ നനഞ്ഞ കൈകൾ സാരിത്തുമ്പിൽ തുടയ്ക്കുകയാണ്. മറുപടിക്ക് കാത്തുനിൽക്കാതെ അവൾ ക്ഷണിച്ചു: "വരൂ."

അവൾക്ക് പിന്നാലെ നടന്നു. ഈട്ടാമിത്തലപ്പുകൾ വകഞ്ഞുമാറ്റി. അവൾ അതിഥിക്ക് വഴിയൊരുക്കി.

വടക്കാംപുറത്ത് ഇലചീന്തി തണ്ടുകൾ മാത്രമുള്ള വാഴയ്ക്കടെയ്ക്കൽ കരിപിടിച്ച ചില അലുമിനിയപാത്രങ്ങൾ. മൺതൊട്ടി നിറയെ വെള്ളം.

ഇറയ്ക്ക് കീഴെ അമ്മിത്തറയിൽ ചാരിയിരുന്ന് അയാൾ ബീഡി വലിക്കുന്നുണ്ട്. രണ്ടുപേരേയും കണ്ട ഭാവം അയാൾക്കില്ലായിരുന്നു.

"ബാഗ് ഇങ്ങട്ട് തന്നോളൂ." അവൾ കൈ നീട്ടി. പിന്നെ ചുമലിൽക്കിടന്ന മുഷിഞ്ഞ തോർത്ത് നീട്ടിയിട്ട് പറഞ്ഞു. "കുളിയൊക്കെ പിന്നെ. ഇപ്പൊ കാലും മുഖം കഴുകി വന്നോളൂ. പ്രവേശം മുൻവാതിലിലൂടെയാവാം."

സുജാത ബാഗുമായി അകത്തേക്ക് കയറിപ്പോയി.

മുഖം അമർത്തി തുടയ്ക്കുന്നതിനിടയ്ക്ക്, അവൾ ഒളികണ്ണിട്ട് അയാളെ നോക്കി. എന്നാൽ, അയാൾ ശ്രദ്ധിക്കുന്നതേയില്ല. വന്ന വഴിക്ക് മടങ്ങി. കൂവളച്ചോട്ടിൽ വീണ്ടും പഴയ നില്പ്. ഏറെക്കഴിയും മുൻപേ, ജാലക വിരികൾ ആരോ വകഞ്ഞുമാറ്റുന്നതുപോലെ. അങ്ങോട്ട് നോക്കി.

പകുത്ത കറുത്ത കർട്ടന് നടുവിൽ ഒരു ചന്ദ്രമുഖം. നെഞ്ചിടിപ്പിന്റെ വേഗത കൂടി. ഇവരെയാണല്ലോ പ്രതീക്ഷിച്ചത്. പക്ഷേ, ആ മുഖത്തെ ഭാവം എന്തെന്നറിയാൻ കഴിയുന്നില്ല.

എങ്കിലും മോഹിച്ചത് സാക്ഷാത്ക്കരിക്കാൻ പോകുകയാണെന്ന വൾക്കു തോന്നി.

അടുത്ത നിമിഷം അടഞ്ഞ വാതിൽ തുറക്കാം. പിന്നെ കേൾക്കുക, നടന്നടുക്കുന്ന പാദവിന്യാസങ്ങളായിരിക്കാം. സ്നേഹപൂർണമായ ശബ്ദം. "വരൂ..."

അവരുടെ വലതുകൈയിൽ തന്റെ വിരലുകൾ സുരക്ഷിതമായിരിക്കു മെന്നവൾ ഉറപ്പിച്ചു.

കൂവളച്ചില്ലകളിൽ കാറ്റുപിടിച്ചു. ഇരതേടുന്ന വാൽക്കുണുക്കിപ്പക്ഷി കൾ വീണ്ടും തൂവൽ വിറപ്പിച്ച് അവളെ നോക്കി.

പെട്ടെന്നാണ് കതുകകൾ തുറന്നത്. കട്ടിളയിൽ കൈകൾ ഊന്നി അവർ അവളെ നോക്കിനിന്നു; നിമിഷങ്ങളോളം.

യൗവനമദാലസത ഒഴിഞ്ഞുപോകാത്ത ഉടൽ. ലാവണ്യത്തുടിപ്പുകൾ ശേഷിച്ച കവിളുകൾ. കനകപ്രഭയുള്ള നെറ്റിയിൽ ചാഞ്ചാടുന്ന കുറുനിര കൾ.

അവൾ ഓർത്തു. അയാൾ പറഞ്ഞതെല്ലാം എത്രമാത്രം ശരിയാണ്. ഇത്രയും സൗന്ദര്യമുള്ള മറ്റൊരു സ്ത്രീയെ മുമ്പ് കണ്ടിട്ടേയില്ല. അവൾ വിരലുകൾ ഞൊടിച്ച് ചെറുശബ്ദമുണ്ടാക്കി. പിന്നെ ചിരിക്കാൻ ശ്രമിച്ചു. എന്നാൽ അവരുടെ കണ്ണിൽനിന്ന് പറന്നടുത്തത് കോപത്തിന്റെ ചോപ്പൻ കടന്നലുകളായിരുന്നു.

അടുത്ത നിമിഷം വലിയ ഒച്ചയോടെ കതകുകൾ വലിച്ചടച്ചു.

പക്ഷികൾ പേടിച്ച് പറന്നുപോയി. കാറ്റ് നിലച്ചു. കൂവളത്തളിരുകൾ പോലും നിശ്ചലമായി. മനസിൽ ഉഷ്ണം പുകയാൻ തുടങ്ങി. അവൾ തളർന്നിരുന്നുപോയി.

ആറ്

വടക്കാംപുറത്ത്, അനിയത്തി ഓട്ടുവിളക്ക് തുടയ്ക്കുകയായിരുന്നു.

ഇടയ്ക്ക് അവൾ അയാൾക്കുനേരെ തിരിഞ്ഞു.

"ഏട്ടൻ ആരെയാ കൂട്ടി വന്നിരിക്കുന്നത്?" അയാൾ മറുപടി പറയാതെ ബീഡി ആഞ്ഞുവലിച്ച് പുക ഊതിവിട്ടു.

അവളുടെ കണ്ണിൽ വാൾത്തലപോലെ തിളങ്ങുന്ന ചോദ്യത്തിന്റെ മൂർച്ചയിൽ അയാളുടെ ശബ്ദം അരിഞ്ഞെറിഞ്ഞുപോയിരുന്നു...

"പറയൂ... ആരാണവർ?"

കീഴോട്ട് നോക്കിയിരിക്കുന്ന അയാളുടെ ചുമലിൽ പിടിച്ച് കുലുക്കി, അവൾ ചോദ്യം ആവർത്തിച്ചു.

"അശ്വതി."

പുറത്തുവന്ന ശബ്ദം തന്റേതല്ലെന്ന് അയാൾക്കു തോന്നി.

'അത്രേയുള്ളൂ?"

അവളുടെ ചിരി കണ്ണിലും കവിളിലും ചെറിയ കാക്കപ്പുള്ളിയിലും പടർന്നപ്പോൾ നാണിച്ചത് അയാളായിരുന്നു.

"നീ ഏട്ടത്തീന്ന് വിളിച്ചോ."

"അങ്ങനെ നേരെ വഴിക്കുവാ, സാറെ." വിളക്കിൽ തിരിയിട്ട് എണ്ണ യൊഴിച്ച്, കുപ്പി അമ്മിത്തറയിൽ വച്ച്, അവൾ അകത്തേക്ക് പോയി.

ഏഴ്

വീണ്ടും വാതിൽ തുറക്കുന്ന ശബ്ദം കേട്ട് അശ്വതി നടുങ്ങി. ഇപ്പോൾ മുന്നിൽ നടന്നുവരുന്നത് എരിയുന്ന ഒരോട്ടുവിളക്കുമായി സുജാതയായിരുന്നു.

നനഞ്ഞ സാരിത്തലപ്പ്, കണംകാലിൽ ഒട്ടിപ്പിടിച്ച് വിടുമ്പോഴുള്ള നേർത്ത ശബ്ദം.

"ഏട്ടത്തീ, വരൂ..."

വിളക്ക് അശ്വതിക്ക് നീട്ടി.

"നടന്നോളൂ." അവൾ പിന്നിൽ മാറിനിന്നു.

തുറന്നുവെച്ച വാതിലിലൂടെ അകത്തുകയറി. അവിടെ കുറുകെ ഒരിട നാഴി. മുന്നിൽ മച്ച് – ആഴത്തിൽ ചെറിയ ഒരു അറ. അതിനകത്ത് പഴമയുടെ ഗന്ധം.

പീഠത്തിൽ ചെമ്പട്ടിൽ വച്ചിരിക്കുന്ന ക്ലാവു പിടിച്ച ബിംബമുണ്ട്. ഇരുണ്ടുപോയതിനാൽ രൂപം വ്യക്തമല്ല. ചുമരിൽ ചാരിവെച്ചിരിക്കുന്ന തുരുമ്പുപിടിച്ച ഒരു വാളും. "വിളക്കവിടെ വച്ച് പ്രാർത്ഥിച്ചോളൂ. ഭഗവതിയാണ്."

അശ്വതിയുടെ ഉള്ളൊന്ന് പിടഞ്ഞു. അവൾ കണ്ണടച്ച് മനസിൽ പറഞ്ഞു:

"ഭഗവതി, ഞാനും എത്തീട്ടോ ഇവിടെ. അറിഞ്ഞുകൊണ്ടൊരു തെറ്റും ചെയ്യില്ല. സത്യം." തീർന്നു.

നിവർന്നപ്പോൾ പിന്നിൽ സുജാതയില്ലായിരുന്നു.

ഇടനാഴിയുടെ തെക്കേ അറ്റത്തുള്ള മുറിയുടെ ചാരിയിട്ട വാതിൽപ്പഴുതിലൂടെ എത്തിനോക്കുന്ന വലിയ രണ്ട് കണ്ണുകൾ.

അവയപ്പോഴും ക്രൂരമായ കടന്നലുകളെ പറത്തിവിടുന്നുണ്ട്. പക്ഷേ, അശ്വതി അത് ശ്രദ്ധിച്ചില്ല. പകരം, രക്തനക്ഷത്രം പോലെയുള്ള മൂക്കുത്തി മാത്രമേ കണ്ടുള്ളൂ.

എട്ട്

എഴുതിയുണ്ടാക്കിയ കുറിപ്പുകൾ അപൂർണമായിത്തോന്നി റോഷ്മയ്ക്ക്. കുറെക്കൂടി വിശദാംശങ്ങൾ വേണം. ആരോടാണ് ചോദിക്കുക! പപ്പയ്ക്കറിയാമായിരിക്കാം. എന്താ സംഗതി എന്ന് അന്വേഷിക്കും. സംഭവം അങ്ങനെ പിടികൊടുക്കാൻ പറ്റില്ല. കംപ്ലീറ്റ് ചെയ്തിട്ടേ ആൾ അറിയാൻ പാടുള്ളൂ. വേണമല്ലോ, ഒരു സർപ്രൈസ്.

എന്നാൽ അശ്വതിയിൽനിന്ന് കേട്ട കഥകൾക്ക് പിൻബലം കണ്ടെത്താനായില്ല; അവൾക്ക്. അതിനാലാണ് വിശ്വനാഥിനോടു ചോദിച്ചത്.

"പപ്പാ, യൂ നോ വാട്ടീസ് ജീനിയോളജി?"

"യെസ്. ഐ നോ ദാറ്റ്."

"ദെൻ വാട്ടീസ് ഡിഎൻഎ?"

അയാൾ ചിരിച്ചു.

"ആം ഐ എ സ്റ്റുഡന്റ് ഓഫ് യു ഡാർലിങ്ങ്?"

"യു ടെൽ പപ്പാ." അപ്പോഴവളുടേത് നഴ്സറി കുട്ടിയുടെ കൊഞ്ചലായി.

"സോ സിംപിൾ. ഇറ്റീസ് ബയോളജിക്കൽ എലമെന്റ്, ആന്റ് ഡു യു വാണ്ട് ദി ഫുൾ ഫോം ഓഫ് ഇറ്റ്?"

"വേണ്ട, ജീനിയോളജിയും ഡി.എൻ.എയും തമ്മിൽ ബന്ധമുണ്ടോ?"

"വെരി സോറി മോളെ, ഞാനതിനെക്കുറിച്ച് ആലോചിച്ചിട്ടേയില്ല."

"ഫോസിലുകളിലൂടെ ഡി.എൻ.എയിൽ നിന്നായിരിക്കില്ലേ ദിനോസറുകളുടെ രൂപം സങ്കല്പിച്ചെടുത്തത്?"

"ആയിരിക്കാം. പക്ഷേ, എനിക്ക് നിശ്ചയമില്ല."

"യു മൈറ്റ് ഹാവ് ഹെർഡ് എബൗട്ട് ജൂറാസിക് പാർക്ക്?"

"അതൊരു സിനിമയല്ലേ?"

"കാലവും ദൂരവും അചേതനമായൊരു പ്രതിഭാസമായി സങ്കല്പിക്കാനാകുമോ പപ്പയ്ക്ക്?"

“പക്ഷേ യാഥാർത്ഥ്യം വേറെയല്ലേ റുമാ?”

“ട്രൂ. പക്ഷേ സ്പീഡുകൊണ്ട് അളക്കുമ്പോൾ ദൂരം ഇല്ലാതാകില്ലേ? ഇവിടെ നിന്ന് പപ്പയുടെ നാട്ടിൽ പോകാൻ ട്രെയിനിൽ രണ്ടു ദിവസം വേണം. ജെറ്റ് വിമാനത്തിലോ മണിക്കൂറുകൾ മതിയല്ലോ.”

“അത് ശരിയാണ്.”

“അങ്ങനെ കാലത്തേയും സ്പീഡുകൊണ്ട് ഹരിച്ചെടുത്താൽ എങ്ങനെയിരിക്കും?”

“നീ ചുമ്മാ തല ചൂടാക്കുന്നതെന്തിനാ?”

“കാര്യമുണ്ട്. ബട്ട് ലെറ്റ് മി റൈറ്റ് സംതിങ് നൗ.”

പപ്പയേയും മമ്മിയേയും കുറിച്ച് കേട്ട കഥകളുടെ മറ്റേ അറ്റത്തെത്താനുള്ള ഡി.എൻ.എ. ആക്കാമല്ലോ എന്നവൾക്കു തോന്നി. കാലവും ദൂരവും മനുഷ്യൻ സൗകര്യത്തിനുണ്ടാക്കിയ കൈക്കണക്കാണെന്നും പ്രധാനം സ്പീഡാണെന്നും മനസ്സിലാക്കിയാൽ സംഗതി എളുപ്പമാകും. കഥ രൂപപ്പെടുത്തുംമുമ്പേതന്നെ സ്പീഡിൽ അവൾ പുരാണത്തിലേക്ക് എത്തിനോക്കി. മഹാസ്ഫോടനശേഷം പ്രളയമായിരുന്നു. വിരാട് പുരുഷനായി ഈശ്വരൻ അതിൽ വ്യാപിച്ചു.

ദൈവത്തിന്റെ ശിരസ്ഥാനത്ത് ബ്രഹ്മാവ് പ്രത്യക്ഷപ്പെട്ടതിന്റെ പൊരുൾ അറിയില്ല. നീണ്ട തപസ്സിനുശേഷം, ബ്രഹ്മാവ് മനുഷ്യസൃഷ്ടിയുടെ ആവശ്യകത തിരിച്ചറിഞ്ഞു.

എല്ലാം ഒന്നിൽ തന്നെയാണെന്നു ബോധ്യപ്പെട്ട അദ്ദേഹം ആദിമനുഷ്യനായ മനുവിനേയും അയാളുടെ പത്നി ശതരൂപയേയും സൃഷ്ടിച്ചു.

അവർ തന്നെയാണാവോ, ബൈബിളിലെ ആദവും ഹവ്വായും? ചിന്ത വഴിതെറ്റിയപ്പോൾ അവൾ സ്വയം ശാസിച്ചു. മനുഷ്യന്റെ ഡി.എൻ.എയിൽനിന്ന് മനുവിനെ കണ്ടുപിടിക്കാം. വേണമെങ്കിൽ ബ്രഹ്മാവിനേയും. അല്ലെങ്കിൽ ബ്രഹ്മസ്വത്വവും സത്യവും.

അവൾ സ്വയം പഞ്ഞു.

റിയലി ഇൻട്രസ്റ്റിങ്. ബട്ട് സേം റൈറ്റം ഇംപോസിബിൾ റ്റൂ.

അപ്പോൾ കാലം എന്ന അചേതന പ്രതിഭാസത്തിന്റെ മറ്റൊരറ്റത്തുള്ള പപ്പയുടെ വംശപരമ്പരയിലെ ആദ്യകണ്ണിയിലെത്തിനോക്കാം, തത്ക്കാലം.

ഒമ്പത്

പള്ളിവള്ളം വന്നടുക്കുംമുമ്പേ, പാഞ്ഞെത്തിയ വഞ്ചികളിൽ നിന്ന് പടയാളികൾ ചാടിയിറങ്ങി. കൂട്ടംകൂടിനിന്ന കരക്കാരെ തള്ളിമാറ്റി പാതയ്ക്കിരുവശം നിരന്നു. വാളും പരിചയുമേന്തിയ അവരുടെ പിന്നിൽ കരവാസികൾ ശ്വാസമടക്കി.

അലങ്കരിച്ച ആനപ്പന്തലിൽ കരപ്രമാണികളും കാര്യസ്ഥനും അസ്വസ്ഥമായിരുന്നു. തൃപ്പൂണിത്തുറയിൽനിന്ന് തൃശ്ശിവപ്പേരൂർക്കുള്ള തമ്പുരാന്റെ തിരുവെഴുന്നള്ളത്താണ്. എന്തെങ്കിലും പിഴവ് പറ്റിയാൽ തല കാണില്ലല്ലോ.

പള്ളിവള്ളം അകമ്പടിയോടെ വന്നടുക്കുന്നുണ്ടായിരുന്നു...

ജനം ഇളകി. തമ്പുരാൻ ഇപ്പോൾ കരയിൽ തൃപ്പാദങ്ങൾ വയ്ക്കും. ആർപ്പും കുരവയുമുയർന്നു. മുത്തുക്കുടയും കുത്തുവിളക്കുമായി നീങ്ങിയ സേവകർക്ക് പിന്നിലായി കരപ്രമാണികളും കാര്യസ്ഥരും കടവിലേക്കിറങ്ങിനിന്നു. അവരുടെ കച്ചയിലേക്ക് ചെറുഓളങ്ങൾ ഈറൻ പകർത്തി.

കടവിൽ കെട്ടിയുണ്ടാക്കിയ മരത്തട്ടിൽ പരിചാരകൻ മെതിയടിയെടുത്തുവച്ചു.

പള്ളിക്കുടുമയിൽ ചൂടിയ തങ്കപ്പതക്കം. കരിവീട്ടിയിൽ കടഞ്ഞെടുത്തതുപോലെയുള്ള കൈത്തണ്ടകളും അതിലണിഞ്ഞ കനകക്കാപ്പുകളും.

പള്ളിവാളിന്റെ വർണക്കല്ലുകൾ പതിച്ച സ്വർണപ്പിടി. വിരിഞ്ഞ മാറ്. ആർക്കും തമ്പുരാന്റെ മുഖത്ത് നോക്കാനുള്ള ധൈര്യമില്ല. ആ കണ്ണുകൾക്ക് മുന്നിൽക്കിടന്ന് വെറുതെ പിടയാനാവില്ലല്ലോ.

തൃപ്പൂണിത്തുറയിൽനിന്ന് വഞ്ചിയിലാണ് വരവ്. കരക്കാരെ കാണുന്നതും പ്രമാണികളും കാര്യസ്ഥന്മാരുമായുള്ള ചർച്ചകളും കരംപിരിവ് തീരുമാനങ്ങളും മറ്റും നടത്തുന്നതിനാണ് ഈ യാത്ര.

കടവിൽ നിന്ന് പിന്നെയുള്ള സഞ്ചാരം പല്ലക്കിൽ. വിശ്രമിക്കുന്ന ഇടത്താവളങ്ങളാണ് പിന്നീട് കോവിലകങ്ങളായി അറിയപ്പെട്ടിരുന്നത്.

സ്ത്രീകളുടെ മിടുക്കുമൂലം, ഇത്തരം കോവിലകങ്ങൾക്കായി ധാരാളം ഭൂസ്വത്തുക്കൾ പതിച്ച് കൊടുക്കപ്പെട്ടിരുന്നുവത്രെ. പതിവ് ചിട്ടവട്ടങ്ങൾക്കു ശേഷം, തമ്പുരാൻ പടനായകനെ നോക്കി കല്പിച്ചു. "അയാളെ കൊണ്ട്രാ."

സുന്ദരനും സ്വർണാഭരണവിഭൂഷിതനുമായ ഒരാളെ പടയാളി വഞ്ചിയിൽനിന്ന് വലിച്ചിഴച്ച് തമ്പുരാന്റെ മുന്നിലേക്ക് തള്ളിയിട്ടു.

എന്തു കുഴപ്പമാണെന്ന് ജനം സംശയിക്കാൻ തുടങ്ങുമ്പോഴേക്കും തമ്പുരാന്റെ മുഴക്കമുള്ള വിളി.

"ഡോ. കഴുങ്ങൻ."

കരയിൽ ശിക്ഷ നടപ്പാക്കാൻ അധികാരപ്പെടുത്തിയിട്ടുള്ള കഴുങ്ങൻ നായർ മുന്നോട്ടു വന്നു.

ഇയാൾക്ക് ന്താച്ചാ കൊടുത്തോളാ–

–അടിയൻ–

എന്താണ് കുറ്റമെന്നോ. എന്തു ശിക്ഷവരെ ആകാമെന്നോ ചോദിക്കാനാകുന്നില്ല.

മണ്ണിൽ മുഖം കുത്തിക്കിടക്കുന്ന ഇയാളെ മുമ്പും തമ്പുരാനോടൊപ്പം കണ്ടിട്ടുണ്ട്.

പടയും പരിവാരങ്ങളും പൊടിമറയിൽ ഇല്ലാതായി.

ആർപ്പും കുരവയും മേളങ്ങളും അകന്നുപോയി.

കഴുങ്ങേൻ നായരുടെ പല്ലക്ക് മൂളിപ്പറക്കാൻ തുടങ്ങിയപ്പോൾ സേവകർക്കൊപ്പം ഓടാനുള്ള നിർദ്ദേശം, കുറ്റവാളിക്കും കിട്ടി.

കോണത്തുകുന്നും മനയ്ക്കലപ്പടിയും കഴിഞ്ഞ്, പല്ലക്ക് വെള്ളാങ്കല്ലൂരെത്തുമ്പോഴേക്കും സൂര്യൻ ഉച്ചിയിൽ കത്തുന്നുണ്ടായിരുന്നു.

ഓടിത്തളർന്നെത്തിയ അയാളെ കഴുങ്ങൽ തറവാട്ടുമുറ്റത്ത് കാത്തുകിടന്ന മുക്കാലി ഏറ്റെടുത്തു.

ദാഹംതീർത്ത സേവകരും കാര്യക്കാരും സ്ഥലവാസികളും ഇറത്തണലിലും മരച്ചോട്ടിലും ഇനിയുള്ള പൂരം കാണാൻ നിരന്നു.

അപ്പോഴും കത്തുന്ന വെയിലിൽ മുക്കാലിയിൽ കിടന്നാടുകയായിരുന്നു അയാൾ.

തമ്പുരാൻ ഭ്രഷ്ട് കല്പിച്ചവന് എന്ത് ശിക്ഷ വേണമെങ്കിലും കിട്ടാം. അത് എന്തായിരിക്കുമെന്ന് കാണികൾ തമ്മിൽത്തമ്മിൽ വാത് വയ്ക്കാൻ തുടങ്ങിയിരുന്നു. (കാരണവർക്ക് പ്രിയപ്പെട്ട ശിക്ഷാനടപടി തലവെട്ടലോ തൂക്കിലേറ്റലോ ആണ്. അതോടെ സൊല്ല തീർന്നുകിട്ടുമല്ലോയെന്നാണ്

അയാൾ വിശ്വസിക്കുന്നത്. ഈ നടപടി കൂടിയപ്പോഴാണ് കിഴക്കേടൻ നായന്മാർ 'കഴുങ്ങന്മാരെന്ന് അറിയപ്പെടാൻ തുടങ്ങിയത്. ഒടുവിൽ തമ്പുരാനും അങ്ങനെതന്നെ വിളിച്ചുപോരുന്നു.)

അതുമല്ലെങ്കിൽ ചാട്ടവാറടി ഉറപ്പ്. രണ്ടിലൊന്ന് ഉച്ചയൂണിന് മുമ്പ് തീർച്ച. പൂമുഖത്തെ വീട്ടിക്കസേരയിൽ കാരണവർ വന്നിരുന്നു. ജനം നിശ്ശബ്ദരായി. പാണ്ടിപ്പുകയിലയുടെ ഒരു തുണ്ട് കൂടി പൊടിതട്ടി വായിൽ തിരുകി, കാരണവർ വിളിച്ചു.

"ഇക്കോരാ-"

വിടക്കാംപുറത്തുനിന്ന്, കൂട് തുറന്നുവിട്ട സിംഹം കണക്കെ കറുത്തു തടിച്ച, രൗദ്രനേത്രങ്ങളുള്ള ഇക്കോരൻ പാഞ്ഞെത്തി. ആഞ്ഞുവീശുന്ന അയാളുടെ ചാട്ടയിൽ ഇടിമുഴക്കം. പൊരിവെയിലിൽ, മുക്കാലിയിൽ കിടന്നാടുന്ന കുറ്റവാളിയെ നോക്കി കഴുങ്ങൻ നായർ ചോദിച്ചു.

"എന്തെങ്കിലും ബോധിപ്പിക്കാനുണ്ടോ നെനക്ക്?

ഏഭ്യൻ, മുമ്പൊക്കെ തന്റെ നേരെ നോക്കാൻ ധൈര്യപ്പെടാതിരുന്നവൻ.

അയാളുടെ രക്തം തിളച്ചു.

"പറയാനുള്ളത് പറയേണ്ടവരോട് പറഞ്ഞു കഴിഞ്ഞു."

"ഇക്കോരാ-"

ഇക്കോരൻ ചാട്ട വീശി.

"അധികപ്രസംഗിക്ക് ആദ്യം നൂറ് തികച്ചെന്ന കൊട്ക്കാ-"

ചാട്ടവാറടികൾ കതിനാവെടികളായി.

പൊട്ടിയൊലിച്ച ചോരയും വിയർപ്പും ഉടുതുണിയിലൂടെ ഉരിമണലിലേക്ക് ഇറ്റുവീണുകൊണ്ടിരുന്നു.

ഉച്ചിയിൽ ഉച്ചസൂര്യൻ അഗ്നി വർഷിച്ചു. കാരണവർ കാര്യസ്ഥന്റെ മുഖത്തുനോക്കി.

"ന്തായിക്കഥ. മാപ്പിരക്കുകയോ ഉറക്കെകരയുകയോ ഒന്നുമില്ലല്ലോ-"

ക്ഷത്രിയൻ തന്നെ.

അടികൾ ഏറ്റുവാങ്ങാനാകുന്നില്ല. നിയന്ത്രണങ്ങൾ തെറ്റുന്നോ? പിടിച്ചുനിൽക്കുവാൻ ഒരു മാർഗമേയുള്ളൂ. സ്വയം രചിച്ച ശ്ലോകങ്ങൾ ഉറക്കെ ചൊല്ലാൻ തുടങ്ങി.

അവയുടെ കുത്തിയൊഴുക്കിൽ കതിനാവെടികൾ മുങ്ങിപ്പോകുന്നു.

കാരണവർ പെട്ടെന്ന് എഴുന്നേറ്റു.

"ഇക്കോരാ, അടിനിർത്താ, കെട്ടഴിക്കാ."

കതിനാവെടികൾ നിലച്ചു. നിൽക്കാതിരുന്നത് അയാളുടെ ചുണ്ടിൽ നിന്നുള്ള ശ്ലോകപ്രവാഹമായിരുന്നു; ഉരിമണലിലേക്ക് ഇറ്റുവീഴുന്ന ചോര ത്തുള്ളികളുടെ താളവും.

ഇക്കോരൻ നിന്ന് കിതച്ചു.

"എന്താടാ നിന്ന് കിതയ്ക്കുന്നത്. ആളെ അഴിച്ചിറക്കാ ആദ്യം.

പിന്നെ ഇങ്ങോട്ട്, ഈ ഇറത്തണലിലേക്ക് കൊണ്ട്രാ-"

കെട്ടഴിഞ്ഞപ്പോൾ കുഴഞ്ഞുവീണ അയാളെ താങ്ങിയത് ഇക്കോരനാ യിരുന്നു. മുഖം ചെത്തിയ ചെന്തെങ്ങിൻ കരിക്ക് അയാളുടെ വായിലേക്ക് കമിഴ്ത്തിയതും ഇക്കോരൻ തന്നെ.

ഇറത്തണലിൽ താങ്ങിയിരുത്തുമ്പോൾ ഇക്കോരൻ അയാളുടെ ചെവി യിൽ അപേക്ഷിച്ചു.

അടിയനോട് ക്ഷമിക്കണേ.

കഴുങ്ങൻനായർ പറഞ്ഞു.

"ശ്ലോകങ്ങൾ അസ്സലായിട്ടുണ്ട്. വേറെന്തൊക്കെ നിശ്ശംണ്ട്?"

"ഹോരയും അഷ്ടാംഗഹൃദയവും മന്ത്രതന്ത്രങ്ങളും."

"ഭേഷ്, അതൊക്കെ മതി. ഇവിടെ എവിടെയെങ്കിലും ഒതുങ്ങിക്കഴിയാ. തമ്പുരാനറിയേണ്ട. അദ്ദേഹത്തിന്റെ മനസ്സു മാറിയാൽ തൃപ്പൂണിത്തുറയ്ക്ക് മടങ്ങുകയുമാവാല്ലോ."

അയാൾക്ക് ഒന്നും പറയാനില്ലായിരുന്നു.

കാരണവർ തുടർന്നു.

"തേവരുടെ അമ്പലത്തിനു പിന്നിൽ കുന്നിൻചെരിവിൽ എവിടെ യെങ്കിലും കുടില് കെട്ടിക്കോളൂ. ഇക്കോരൻ സഹായത്തിനുണ്ടാകും.

ഇക്കോരാ പറഞ്ഞതു കേട്ടില്ലേ? ഇനി നീയാണ് തുണ-"

"അടിയൻ."

"എന്താ പേരെന്ന് പറഞ്ഞില്ലല്ലോ-"

"മാമുണ്ണി."

"മാമുണ്ണീ ചെലവെല്ലാം ഇവിടെ ഈ തറവാട്ടീന്നായിരിക്കും. കേട്ടോ-"

ഇനിയൊന്നും കേൾക്കാനും പറയാനും വയ്യ. എവിടെയെങ്കിലും ഒന്നു കിടക്കണം. കണ്ണടയ്ക്കണം."

പത്ത്

മാമുണ്ണിയുടെ ചിത്രത്തിനു കീഴേ റോഷ്മ എഴുതി. വംശപുരാണത്തിലെ ആദിപുരുഷൻ. വിശ്വനാഥന്റെ മുതുമുത്തച്ഛൻ. അതിന് താഴെ മറ്റൊരു കൊച്ചുമാമുണ്ണിയെ വരച്ചിരുന്നു. അത് പക്ഷേ, ഹരികൃഷ്ണന്റെ കാരിക്കേചറാണ്. അവന് ഉച്ചിക്കുടുമയും അതിൽ ചൂടിയ ചെത്തിപ്പൂക്കളും വില്ലു കടുക്കനും ഭസ്മചന്ദനക്കുറികളും. ഇറക്കം കുറഞ്ഞ മുണ്ട്. അരയ്ക്ക് മേലെ നഗ്നമേനി.

അതു നോക്കി അവൾ സ്വയം ആസ്വദിച്ചു. പിന്നെ അവൾ എഴുതി, "ക്യൂട്ട്."

പതിനൊന്ന്

റോഷ്മയുടെ മറ്റൊരു കുറിപ്പ് തുടങ്ങുന്നതിങ്ങനെ. ഉണരാൻ വൈകി. ഉന്മേഷമുള്ള പകലും ഉന്മാദലഹരിയിൽ മദിച്ച രാവും നൽകിയ ആലസ്യത്തിൽ വിശ്വനെ കെട്ടിപ്പിടിച്ചു കിടക്കാൻ തന്നെയാണ് വിചാരിച്ചത്.

തപ്പിനോക്കിയപ്പോൾ അയാളില്ലായിരുന്നു. കണ്ണുതുറന്നു.

പുറമെനിന്ന് ചാരിയ കതക്. ചുളിഞ്ഞ കിടക്കവിരിപ്പ്. സ്ഥാനം തെറ്റിക്കിടക്കുന്ന തലയണകൾ.

അഴിഞ്ഞുലഞ്ഞ വസ്ത്രങ്ങളിൽ വിശ്വന്റെ ഗന്ധം.

പെട്ടെന്ന് പുറത്ത് കടക്കാൻ തോന്നിയില്ല. ഉലഞ്ഞ സാരി കുടഞ്ഞുടുത്തു. ചുളുക്ക് വലിച്ചു നിവർത്തി. ക്രമം തെറ്റിയിട്ടിരുന്ന ബ്ലൗസിന്റെ കൊളുത്തുകൾ ശരിയാക്കി, വസ്ത്രത്തലപ്പിൽ മുഖം തുടച്ചു.

പിന്നെ ചായ്പിന്റെ ജനൽ തുറന്നു. പുറത്ത് പച്ചപ്പിൽ ഊഷ്മളത പകരുന്ന മഞ്ഞ വെയിലിൽ പൊന്തിയും താഴ്ന്നും പറന്ന് രസിക്കുന്ന വാലൻതുമ്പികൾ. അകലെ ഇടതിങ്ങിയ മരത്തലപ്പുകൾക്ക് മേലെ തിളങ്ങുന്ന തേവരുടെ ക്ഷേത്രതാഴികക്കുടം.

വംശപരമ്പരയിലെ ആദ്യകണ്ണിയായ മാമുണ്ണി, പച്ചമരുന്നുകൾ തേടി നടന്നത് അവിടെ എവിടെയെങ്കിലുമായിരിക്കുമെന്ന് അശ്വതിക്കു തോന്നി.

താഴ്‌വരയിലെ ക്ഷേത്രക്കുളക്കടവിൽ വച്ചല്ലേ മാമുണ്ണി പാപ്പിക്കുട്ടിയെ കണ്ടത്? തീവ്രമായ ഒരു പ്രണയ കഥയുടെ തുടക്കം!

ചാരിയിട്ട കതകുകളിൽ വളകിലുക്കം. പിന്നെ അത് തള്ളിത്തുറന്ന്, സുജാത അകത്തു കടന്നു.

"ഏട്ടത്തി ഒറ്റയ്ക്കുനിന്ന് സ്വപ്നം കാണുകയാണോ?"

"ആരു പറഞ്ഞു, ഒറ്റയ്ക്കാണെന്ന്?"

"പിന്നെ?"

"കോവിലകം തമ്പുരാന്റെ വരവും മുക്കാലിയിൽ തൂങ്ങിക്കിടന്നുള്ള മാമുണ്ണി ശ്ലോകവും കാരണവരുടെ മുറുക്കും ഒക്കെ കാണുകയായിരുന്നു."

അപ്പോൾ എല്ലാ കഥേം തമ്പുരാട്ടിക്ക് വിശ്വേട്ടൻ പറഞ്ഞുതന്നിരിക്കുന്നു.”

“എല്ലാം ഇല്ലാട്ടോ. എന്റെ സുജക്കുട്ടീടെ ഇമ്മണി കാര്യങ്ങൾ എനിക്ക് നിശ്ശല്യാല്ലോ ഇനിയും.”

“സുജാതേ വിശ്വം എന്താ കാട്ട്യേന്ന് കുട്ടിക്കറ്യോ? വാ.”

“ഓ അത് കുറുമ്പത്തള്ളയാ. ചായകുടി കഴിഞ്ഞ് കവലേന്നുള്ള വരവാ. വരൂ ഏട്ടത്തി.”

സുജാത ചിരിക്കുകയാണ്.

പുറത്ത് വന്നപ്പോൾ തള്ള പൊതിയഴിച്ച് മുറുക്കാൻ തുടങ്ങുകയായിരുന്നു. വെറ്റില ചീന്തി, പകുതി തലയിൽ തുടച്ച് ചുണ്ണാമ്പ് തേക്കുന്നതിനിടയിൽ ആഹ്ലാദത്തോടെ പറഞ്ഞു.

“മ്മടെ വിശ്വൻ കുട്ടൻനായരുടെ കടയിൽ അടിയുണ്ടാക്കി. ആ കാർത്തികേയനെ ഇടിച്ച് പപ്പടമാക്കീട്ടോ. അവന്റെ മുകത്തപ്പടി ചോരയാ.”

അശ്വതിയുടെ നെഞ്ചിൽ വാൾ വീശിയപോലെ.

“വിശ്വേട്ടനെന്തെങ്കിലും പറ്റിയോ അമ്മമ്മേ?”

“പറ്റിയതൊക്കെ അവറ്റങ്ങൾക്കാ. ആ ഷൺമുഖനും കൂട്ടർക്കും.”

തള്ള ഉറക്കെ ഉറക്കെ ചിരിച്ചു.

സുജാതയ്ക്ക് ദേഷ്യം വന്നു.

“അമ്മമ്മ ചിരിച്ച് ചിരിച്ച് രസിച്ചോ. ഇനി അവരൊക്കെ എന്തു കുഴപ്പമാണാവോ ഉണ്ടാക്കാൻ പോണത്?”

“ഉവ്വുവ്വ്. ഇനി ഒരുത്തനും വിശ്വന്റെ മുന്നിൽ വരില്ല. നോക്കിക്കോ.” എന്ത് പറയണം, എന്ത് ചെയ്യണം എന്നറിയാതെ അശ്വതി കുഴങ്ങി. വ്യസനംകൊണ്ട് വീർപ്പുമുട്ടുന്ന പോലെ. അമ്മിത്തറയിൽ ചാരി അവൾ നിന്നു.

അപ്പോഴാണ് സുജാത പറഞ്ഞത്, “ഏട്ടത്തീ, ദേ വരുന്നുണ്ട് ഹീറോ.”

വിശ്വൻ ഇഞ്ചപ്പുൽക്കാടിനിടയിലെ നടപ്പാതയിലൂടെ നെഞ്ച് വിരിച്ച് നടന്നുവരുന്നുണ്ടായിരുന്നു. കള്ളിമുണ്ടും ചെക് ഷർട്ടും പതിവ് വേഷം.

“ഏട്ടത്തീ ഒന്ന് പറഞ്ഞേക്ക്, അടിപിടിക്ക് പോയാൽ ആരും കൂട്ടിനുണ്ടാവില്ലെന്ന്.” - സുജാത അകത്തേക്ക് കയറിപ്പോയി.

“ഞാ ഇബടെ വന്ന് പറഞ്ഞൂന്ന് വിശ്വനറിയണ്ട കുട്ട്യോളേ.” കുറുമ്പത്തുള്ള മുറുക്കാൻപൊതി മടക്കി എളിയിൽവച്ച് ഇറങ്ങി.

പന്ത്രണ്ട്

വന്നെത്തിയത് മൗനത്തിന്റെ തണുത്ത താഴ്വരയിലാണ്. അവിടെ ഒരു തമാശ പൊട്ടിക്കാനുള്ള ശ്രമം, അശ്വതിയുടെ കനപ്പിച്ച മുഖം കണ്ടപ്പോൾ വിശ്വം വേണ്ടെന്ന് വച്ചു. അവർ അടുക്കളയിലേക്ക് കയറിയപ്പോൾ 'എന്തു പറ്റീ സഖീ' എന്ന കഥകളിമുദ്രയ്ക്ക് മറുമുദ്രയായി മുഖം കോട്ടി മുറിയിലേക്ക് വലിയണമെന്നും ആഗ്രഹിച്ചതല്ല, അശ്വതി. അപ്പോൾ ദേഷ്യം മുഴുവനും അവിടെനിന്നിറങ്ങിപ്പോയ കുറുമ്പത്തള്ളയുടെ തലയ്ക്കെറിയുകയാണുണ്ടായത്.

അശ്രീകരം. ആ കിളവിക്ക് എന്തെങ്കിലും നുണ പറഞ്ഞില്ലെങ്കിൽ ഉറക്കം വരില്ല. അതുകേട്ട് ഇവിടെയൊള്ളോരെന്തിനാ ഈ കോപ്രാട്ടി കാട്ടണെന്ന് മനസ്സിലാകാത്തത്-

പൊടുന്നനെ സുജാതയുടെ മറുപടിയെത്തി.

"തള്ളേ പറഞ്ഞാ മത്യോ? ഏട്ടൻ അടിപിടിയുണ്ടാക്കിയത് സത്യമല്ലേ? അല്ലെങ്കിലേ പുറത്തിറങ്ങി നടക്കാനേയാവണില്ല. ഇനി ഇതും കൂടെ ആവുമ്പോ..."

"ഒരു പട്ടീടെ മോനും മേലിൽ വായ തുറക്കാനുള്ള ധൈര്യമുണ്ടാകില്ല. കുറെ മുമ്പേ വേണ്ടതാർന്നൂന്നാ ഇപ്പോ തോന്നണത്."

"എന്റെ ഏട്ടാ നിങ്ങളൊറ്റയ്ക്കാ- അവരൊക്കെ കൂട്ടുകൂടി നടക്കണോരും, ഒന്നിനും മടിക്കാത്തവരും അതൊന്നും ഓർക്കാണ്ടാ വേണ്ടാത്തതിനൊക്കെ പോകണത്."

പതിമൂന്ന്

രാത്രി ഉറക്കം ഒഴിഞ്ഞുപോകുന്നു. തിരിഞ്ഞും മറിഞ്ഞും കിടന്നു. തലയിണ എതിർവശത്തേക്കിട്ടു കിടന്നു.

തുറന്നുവച്ച പുസ്തകത്തിന്റെ പഴയ താളുകളിൽ ഇല്ലാത്ത വരികളിലെ അറിയാത്ത അർത്ഥങ്ങൾ അന്വേഷിക്കുന്നപോലെ, വിശ്വേട്ടൻ. മൂട്ടവിളക്കിന്റെ വെളിച്ചം മുഴുക്കേ അദ്ദേഹത്തിന്റെ മുഖത്ത്. തൊട്ടുപിന്നിൽ ചുമരിൽ കയറിനിൽക്കുന്ന നിഴൽ.

നീണ്ടുനേർത്ത നാസിക. നീണ്ടുവിടർന്ന കണ്ണുകൾ. മയിൽപ്പീലിയുടെ നിറവും മിനുപ്പുമുള്ള ചുരുണ്ടമുടി. രക്തച്ഛവി ഇറ്റുനിൽക്കുന്ന കാതിന്റെ തട്ടുകൾ. മുഖത്ത് ക്ഷത്രിയ തേജസ്സ്. ആഹ്ലാദം പതഞ്ഞുപൊങ്ങി.

എത്രനേരം നോക്കിക്കിടന്നെന്ന് ഓർമയില്ല. നിദ്രയുടെ ചിറകുകൾ കൺപോളകളിൽ കൂമ്പുന്നുവോ. പിന്നീടുണ്ടായതെല്ലാം വിസ്മയങ്ങളായിരുന്നു.

വിശ്വേട്ടന്റെ ശരീരം കനൽപോലെ തിളങ്ങുന്നു. വളർന്ന മുടി തെച്ചിപ്പൂക്കൾ ചൂടിയ കുടുമയായി. രക്തച്ഛവിയാർന്ന കാതിന്റെ തട്ടുകളിൽ ചുവന്ന കല്ലുവെച്ച വില്ലുകടുക്കനിട്ടിരിക്കുന്നു. നെറ്റിയിലും ദേഹത്തും ഭസ്മചന്ദനക്കുറികൾ! കൈകളിൽ കനകക്കാപ്പ്. യോദ്ധാവിന്റെ നെഞ്ച്. അവിടെ രോമരാജികളിൽ പൂണ്ടുകിടക്കുന്ന തങ്കഏലസ്സ്, ചുവന്ന പട്ടുടുത്ത വിശ്വേട്ടൻ ഭദ്രാസനത്തിൽ.

നാസാഗ്രേ ഇറ്റുനിൽക്കുന്ന വിയർപ്പുകണത്തിൽ ജ്വലിക്കുന്ന ഹോമകുണ്ഡത്തിലെ അഗ്നിനാളം. ഹോമകുണ്ഡത്തിനരികെ കെട്ടിയിരിക്കുന്ന കരിങ്കോഴിയുടെ കണ്ണിൽനിന്ന് പൊട്ടിയൊലിക്കുന്ന ചോര. കോഴി, മന്ത്രതന്ത്ര പീഡനങ്ങൾ പലതും ഏറ്റുവാങ്ങിയിരിക്കുന്നു.

കാറ്റ് ഏറ്റുചൊല്ലുന്ന കാളിവാക്യത്തിൽ ഉറഞ്ഞുതുള്ളുന്ന കുരുത്തോലത്തോരണങ്ങൾ...

വിറയ്ക്കുകയാണോ...

"ന്റെ ഭഗവതീ..."

ശബ്ദമില്ല. തൊണ്ട ഉണങ്ങിപ്പോയിരിക്കുന്നു.

വറചട്ടിയിലൊരു ചോദ്യം തെറിച്ചുനിന്നു. "ആരാണ് ഹാരാണ്!"

"പേടിക്കേണ്ട കുട്ടീ, ഞാൻ മാമുണ്ണി, മാമുണ്ണിതന്നെ." ശത്രുവിനോടു പകരം വീട്ടാൻ ഒരേ ഒരു വഴിയേയുള്ളൂ; ആ ചുറ്റുപാടിൽ അദ്ദേഹത്തിന് ചെയ്യാവുന്ന ഒരേ കർമം. ആകാശം നെഞ്ചിലൊതുക്കുന്ന അതേ ക്ഷേത്രക്കുളം. അതിൽ നിത്യവും കണ്ണാടി നോക്കുന്ന കുന്നിൻചെരിവുകളിലൊന്നിൽ മാമുണ്ണിയുടെ കുടിൽ.

കുടിലിനു പുറത്ത് അസുരമൂലയിൽ കാലഭൈരവത്തറ.

അകത്ത് അഷ്ടകോണിൽ ഭദ്രകാളിക്കളം. കളത്തിനരികെ, വരിക്കപ്ലാവിന്റെ അസ്ഥികൾ കത്തിയെരിയുന്ന ഹോമകുണ്ഡം. അതിൽനിന്ന് പൊട്ടിച്ചിതറുന്ന തീപ്പൊരികൾ.

ചുവന്ന പട്ടുടുത്ത്, ഹോമകുണ്ഡത്തിനെതിരെ ധ്യാനനിരതനായ മാമുണ്ണി. മാമുണ്ണിക്ക് ശിഷ്യപ്പെട്ട ഇക്കോരൻ മുറിയുടെ മൂലയിൽ. തിരിനാളങ്ങൾ മാമുണ്ണിയുടെ കണ്ണുകളിലും ജ്വലിച്ചു നിൽക്കുന്നു.

അരിപ്പൊടിയും മഞ്ഞളും ചുണ്ണാമ്പും ചേർത്തുണ്ടാക്കിയ നിണക്കൂട്ട്, ഓട്ടുരുളി നിറയെ! പത്മത്തിൽ സ്വസ്തിരൂപത്തിൽ നിരത്തിയ പതിനാറ് ഇലനറുക്കുകളിൽ കോരിയെടുത്ത നിണക്കൂട്ടും പച്ചരിയും ചെത്തിപ്പൂക്കളും തൂവി, ഹോമകുണ്ഡത്തിൽനിന്ന് പകർന്നെടുത്ത അഗ്നിയുമായി നെയ്ത്തിരികൾ ഇലനറുക്കുകളിൽ ജ്വലിക്കുന്നു.

ശത്രുസംഹാരത്തിനുള്ള ആ ഘോരകർമത്തിൽ കരുവാക്കുന്നത്, ഭദ്രയെ. നിണത്തിൽ മുക്കിയ ചെത്തിപ്പൂക്കളും കോൽത്തിരിയുമുയർത്തി ആവാഹനം തുടങ്ങി...

"ഖഡ്ഗം ചക്രഗദേഷ്യപാപരിഘാൻ...
ശൂലം ഭൂശുണ്ഡീം ശിരഃ
ശംഖം സംദധതീം കരൈസ്ത്രീണയനാം
സർവാംഗ ഭൂഷാവൃതാം
നീലാശ്മദ്യുതിമാസ്യപാദദശകാം
സേവേ മഹാകാളികാം
യാമസ്തൗത് സ്വപിതേ ഹരൗ കമലജോ..."

മന്ത്രശബ്ദങ്ങൾ മെല്ലെ ചുണ്ടിൽ നിന്ന് ഹൃദയത്തിലേക്കിറങ്ങിക്കഴിഞ്ഞു.

നിശ്ശബ്ദതയുടെ ചെറിയ ഇടവേള

കോൽത്തിരി ഓട്ടുരുളിക്കരികെയുള്ള വാഴപ്പോളയിൽ നെടുകെ കുത്തിനിറുത്തിയശേഷം നിണത്തിൽ മുക്കിയ കൈപ്പത്തി പെട്ടെന്ന് കത്തിനിൽക്കുന്ന നെയ്ത്തിരികളിൽ ആഞ്ഞടിക്കുന്നത് കേട്ട് ഇക്കോരൻ ഞെട്ടി.

പിന്നാലെ, സംഹരിക്കപ്പെടാനുള്ള വ്യക്തിയുടെ നാളും പേരും മാമുണ്ണി പലവട്ടം ഉരുവിട്ടു.

ഇക്കോരൻ ഭയത്തോടെ കരഞ്ഞു.

"ഹെന്റെ ഹെന്റെ തമ്പുരാനേ..."

മാമുണ്ണി മുഖമുയർത്തി. ഗുരുവിന്റെ കണ്ണിലെ തീയിൽ അയാൾ എരിയാൻ തുടങ്ങി...

"എന്നാൽ നിന്റെ പേരും നാളുമാകാം. നിനക്കും കരിംചേരയെപ്പോലെ വെന്ത് മരിക്കാം."

ഇക്കോരൻ വീണ്ടും കരഞ്ഞു.

"വാ വാ ഭൈരവാ, വീരഭദ്രാ, എന്നിലേക്കു വാ - എന്നിലേക്ക്."

മാമുണ്ണി വാരിയെറിഞ്ഞ അക്ഷതം മുഖത്ത് വീണപ്പോഴേക്കും അയാൾക്ക് ബോധം മറഞ്ഞിരുന്നു.

പുറത്ത് ഏഴിലംപാലയ്ക്കരികെ കൂട്ടിയ അടുപ്പിൽ കയറ്റിവെച്ച ചെമ്പ് നിറയെ കുരുതി. അതിൽ മുങ്ങിത്തുടിക്കുന്ന ചേരകൾ!

ചെമ്പിന്റെ മൂടിയിൽ അവ തലതല്ലി തകർക്കുന്നു... കുരുതിയിൽ പുളയുന്നു...

ഉറഞ്ഞുതുള്ളുന്ന ഇക്കോരൻ മാമുണ്ണി ജപിച്ചുകൊടുത്ത അക്ഷതം വാങ്ങി ശത്രുവിന്റെ പേരും നാളും ഏറ്റുചൊല്ലി.

പിന്നെ ഹോമകുണ്ഡത്തിൽനിന്നും ഒരുപിടി കനലുകൾ വാരിയെടുത്ത് പുറത്തേക്കോടി.

കനലുകൾ ചെമ്പിനുകീഴെ അടുപ്പിൽ കാത്തുകിടക്കുന്ന വരിക്കപ്ലാവിന്റെ നുറുങ്ങുകളിലേക്കെറിഞ്ഞു.

അരിയും പൂവും കുരുതിയിലിട്ടു മൂടി.

വടക്കുനിന്നാഞ്ഞടിച്ച ഭൂതക്കാറ്റിൽ കനലുകൾ കത്തി വിറകുകളിലേക്ക് പടർന്ന് ആളുന്ന അഗ്നിയിൽ കുരുതി തിളയ്ക്കാൻ തുടങ്ങി.

ചൂടിൽ പുളയുന്ന ചേരകൾ, ഏറെ ശക്തിയോടെ ചെമ്പിന്റെ മൂടിയിൽ തലയിട്ടടിച്ചു.

പൊട്ടിയൊഴുകുന്ന അർബുദലാവയിൽ വെന്തുരുകുന്ന തമ്പുരാന്റെ രൂപമായിരിക്കും മാമുണ്ണിയുടെ മനസ്സിൽ.

പള്ളിക്കുടുമയിൽ ചൂടിയ തങ്കപ്പതക്കം തെറിച്ചുപോകുന്നു. കരിവീട്ടിയിൽ കടഞ്ഞെടുത്തപോലുള്ള മേനിയിൽ രോഗത്തിന്റെ ചുവന്ന പൂക്കൾ വിരിയുന്നു. ദൂരെ വലിച്ചെറിയപ്പെട്ട വർണക്കല്ലുകൾ പതിച്ച സ്വർണപിടി വാൾ, അനാഥമാകുന്നു...

തുള്ളിയുറയുന്ന ഇക്കോരൻ അകത്തുവന്ന് കരിങ്കോഴിയുടെ ചങ്ക് കടിച്ചുമുറിച്ച് രക്തം വലിച്ചുകുടിച്ചു. പിന്നെ കോഴിയുടെ മാറ് പിളർന്ന് കുടൽമാല മാമുണ്ണിയുടെ മുന്നിലെ തൂശനിലയിലേക്കെറിഞ്ഞ് ഹുങ്കാരമിട്ടു.

മാമുണ്ണി, അരുത്, അരുത്! ഇത് നിന്റെ കർമമല്ല, നീചകർമം നിനക്ക് നിഷിദ്ധമാണ്. കാതിൽ ആരോ മൊഴിയുന്നപോലെ. പക്ഷേ അനുസരിക്കാൻ തയ്യാറല്ല. നീചന്മാരെ നിഗ്രഹിക്കാൻ ഈ വഴി തന്നെയാണ് ഉചിതം.

വലിച്ചെറിയപ്പെട്ട കോഴിയുടെ ജഡം വാശിയോടെ പിളർന്ന മാറുമായി പിടഞ്ഞെഴുന്നേൽക്കുന്നു. കണ്ണിൽനിന്ന് അപ്പോഴും ചോരയൊലിക്കുന്നുണ്ടായിരുന്നു. കോഴി വേഗം വേഗം വളർന്ന് ഒടുവിൽ ഒരാനയുടെ വലുപ്പത്തിലായി. മാമുണ്ണിയുടെ മന്ത്രങ്ങളുടെ എണ്ണം തെറ്റുന്നുവോ-

കോഴി വലിയ ചിറകുകൾ ആഞ്ഞുവീശി.

ചെറുതായിച്ചെറുതായി വരുന്ന മാമുണ്ണിയെ കോഴി കൊത്തിവലിച്ച് തീയിലേക്കെറിഞ്ഞു.

ഒരാളിപ്പടരൽ-

ഒരലർച്ച.

തീയണഞ്ഞു.

ഇരുട്ട്...

ഹമ്മേ!

വിയർത്തുകുളിച്ചിരിക്കുന്നു.

ഇരുട്ടിൽ കണ്ണുമിഴിച്ചു കിടക്കുകയായിരുന്നിരിക്കണം, വിശ്വേട്ടൻ. പെട്ടെന്ന് അദ്ദേഹം കൈകൾ തപ്പിയെടുത്ത് നെഞ്ചിൽ ചേർത്തുവച്ച് ചോദിക്കുന്നു, അശ്വതീ നീ ദുഃസ്വപ്നം കണ്ടോ?

പതിനാല്

റോഷ്മ എഴുതിത്തുടങ്ങി.

ഹരികൃഷ്ണന് ഒരു മുത്തച്ഛൻ ഉണ്ടായിരുന്നു. പേര് കേശവൻ. നിരാലംബതയും നിരാശയും വാർധക്യവും നീരാളിയെപ്പോലെ പൊതിഞ്ഞു നിന്ന അദ്ദേഹം പലപ്പോഴും പാടിയിരുന്നത് 'ക്ഷീരസാഗര ശയന' എന്ന ത്യാഗരാജ കീർത്തനമായിരുന്നു. അന്ന് വിശ്വന് അഞ്ചോ ആറോ വയസ്സേ യുള്ളൂ.

"രാമാ, ശ്രീരാമ"യെന്നത് നിലവിളിയായി മാറുമ്പോൾ വിശ്വന്റെ മനസ് കഥയറിയാതെയെങ്കിലും ആർദ്രമാകാറുണ്ട്.

അച്ഛൻ പാടിത്തീരുമ്പോഴേക്കും കിതയ്ക്കുകയും വിയർക്കുകയും ചെയ്തിരുന്നതും സങ്കടം ശ്വാസതടസ്സമായി കുറുകുമ്പോൾ പ്രാണനെ അടിച്ചോടിക്കാനെന്നവണ്ണം, നെഞ്ചിലിടിച്ച് കരഞ്ഞിരുന്നതും ഇപ്പോഴും വിശ്വനാഥന് മറക്കാനായിട്ടില്ല.

വാക്കുകളുടെ അർത്ഥവും ഭാവവും അറിഞ്ഞതോടെ അയാൾക്കത് അച്ഛനായി, അച്ഛന്റെ ഓർമയായി.

ദേവഗാന്ധാരത്തിൽ ഹരികൃഷ്ണൻ അത് പാടിയിട്ടുള്ളപ്പോഴെല്ലാം വിശ്വനാഥന്റെ കണ്ണ് നിറഞ്ഞുപോയിട്ടുണ്ട്.

ഗ്രാമത്തിലെ ഏറ്റവും സമ്പന്നനായിരുന്നു, കേശവൻ സുന്ദരനും സൽസ്വഭാവിയുമായിരുന്ന അയാൾ അറിഞ്ഞോ അറിയാതെയോ ചെയ്തുപോയ ഒരൊറ്റ തെറ്റിൽനിന്ന് ജീവിതം കൈവിട്ട് പോകുകയായിരുന്നു.

പതിനഞ്ച്

കമ്പ്യൂട്ടറിലെ കുഞ്ഞ് മാമുണ്ണിയെ കണ്ട ഹരികൃഷ്ണന് ദേഷ്യം വന്നു. അത് അവന്റെ രൂപം തന്നെയാണ്. ഉച്ചിക്കുടുമയിൽ ചൂടിയ ചെത്തിപ്പൂക്കൾ, ഭസ്മചന്ദനക്കുറികൾ, കഴുത്തിൽ കറുത്ത ചരടിൽ തൂക്കിയിട്ട വലിയ രുദ്രാക്ഷം. ഇറക്കം കുറഞ്ഞ മുണ്ട്. അരയ്ക്കു മേൽ നഗ്നമേനി. അതിനു താഴെ അവൾ എഴുതിയിരിക്കുന്നതുകൂടെയായപ്പോൾ അവനു ശുണ്ഠി കയറി.

"ക്യൂട്ട്."

അവൻ ഉറക്കെ പറഞ്ഞു. "ഷി ഈസ് മാഡ്, റിയലി മാഡ് ഐ വിൽ സ്മാഷ് ഹേർ ഹെഡ്."

അശ്വതി അപ്പോഴാണ് മോണിട്ടറിൽ തെളിഞ്ഞുനിൽക്കുന്ന ചിത്രം ശ്രദ്ധിച്ചത്. അവർക്കും ചിരി വരുന്നുണ്ടായിരുന്നു. അവനെ ആദ്യമായാണല്ലോ അങ്ങനെയൊരു രൂപത്തിൽ കാണുന്നത്. പക്ഷേ പറഞ്ഞതിങ്ങനെ.

"നന്നായിരിക്കുന്നല്ലോ."

അവൻ അത് ഡിലീറ്റ് ചെയ്യാൻ തുടങ്ങിയപ്പോൾ അശ്വതി തടഞ്ഞു.

"നീ ഇത് മായ്ച്ചാലും അവളുടെ മനസ്സിൽ നിന്ന് മാറ്റാനാകില്ല. ഷീ ഈസ് സീരിയസ്‌ലി വർക്കിംഗ് ഓൺ സംതിങ്. അവൾക്ക് അത് വീണ്ടും ഡിലീനിയേറ്റ് ചെയ്യാനാകും."

"എന്താണ് അവളുടെ പരിപാടി?"

"റിസർച്ചാകാം, കുടുംബകഥയെഴുതുകയാകാം."

"ആരുടെ കുടുംബകഥ?"

"അത് നിനക്ക് മനസ്സിലാകില്ല. അവിടെയാണ് റൂമയുടെ അന്വേഷണത്തിന്റെ പ്രസക്തി - ഒരു വംശപുരാണം. അല്ലെങ്കിൽ പരമ്പര - അവൾ കണ്ടെത്തുകയായിരിക്കാം. അതിൽ;"

"വംശപരമ്പരയോ, ബുൾഷിറ്റ്, മറ്റാർക്കുമില്ലാത്തൊരു കുടുംബ പുരാണം."

അവൻ ഇറങ്ങിപ്പോകാൻ തുടങ്ങിയപ്പോൾ അവർ പിടിച്ചുനിർത്തി.

"നീ ആരായിത്തീരണമെന്ന് നിന്നോട് അച്ഛൻ പറഞ്ഞിട്ടില്ലല്ലോ. പക്ഷേ നീ പാട്ട് പഠിക്കണമെന്ന് അച്ഛന് ആഗ്രഹമുണ്ടായിരുന്നു. അതാണ് നാട്ടിൽ നിന്നും നാരായണൻ സാറിനെ വരുത്തി ചെറുപ്പത്തിലെ നിന്നെ സംഗീതം പഠിപ്പിച്ചത്.

"അപ്പോൾ ഞാൻ ഭാഗവതരാകാനായിരുന്നിരിക്കും അച്ഛന്റെ താത്പര്യം."

"അതെല്ലാം നിന്റെ താത്പര്യത്തിന് വിടുകയുള്ളൂവെന്ന് എന്നോ എന്നോട് പറഞ്ഞിട്ടുണ്ട്. റൂമ നിന്റെ ചോയ്സായിരുന്നില്ലേ. നീ എം.ബി.എ. ചെയ്തതും അച്ഛൻ ആവശ്യപ്പെട്ടിട്ടായിരുന്നില്ലല്ലോ."

അവൻ പ്രതികരിച്ചില്ല. അശ്വതിക്ക് മറ്റെന്തെങ്കിലും പറയാനുണ്ടെങ്കിൽ കേൾക്കാൻ തയ്യാറായമട്ടിൽ അവൻ സോഫയിലിരുന്നു.

വിശ്വേട്ടൻ പറയുമായിരുന്നു.

"ശുദ്ധസംഗീതം അഞ്ചാറ് വർഷം പഠിച്ചാൽ പിന്നെ അവന് ലോകത്തിലെ ഏത് സംഗീതവുമായും പൊരുത്തപ്പെട്ട് പോകാനാകുമെന്ന്. ഭാഷ സ്പാനിഷോ, അറബിയോ ബൻടുവോ എന്തായാലും."

"അച്ഛന് സംഗീതത്തെപ്പറ്റി എന്തറിയാം?"

അശ്വതിയുടെ ചിരിയിൽ ഒരു വല്ലായ്മയുണ്ടായി.

"കുട്ടൂസേ, നിനക്കറിയുന്നതിലേറെ, എന്നാൽ പാടിപ്പഴകേണ്ട കാലത്ത് ചങ്കു നിറയെ സങ്കടങ്ങളായിരുന്നു, അച്ഛന്. ഒരു മകനും കാണാനോ കേൾക്കാനോ ആഗ്രഹിക്കാത്തതെല്ലാമായിരുന്നു അദ്ദേഹത്തിന്റെ ജീവിതത്തിൽ.

അച്ഛനെക്കുറിച്ച് ആകസ്മികമായി അമ്മ പറഞ്ഞത് ഹരിക്ക് വിശ്വസിക്കാനായില്ല. അദ്ദേഹത്തിന്റെ ഭൂതകാലത്തെക്കുറിച്ച് മുമ്പ് അന്വേഷിക്കേണ്ട ഒരു സാഹചര്യം അവനില്ലായിരുന്നു...

"ചെറുപ്പത്തിൽ അച്ഛനെന്തായിരുന്നു പ്രശ്നം?"

"ഇപ്പോൾ നീ അറിയേണ്ട."

പതിനാറ്

ഏറെ ഇഷ്ടമായിരുന്നു, റോഷ്മയ്ക്ക് മാമുണ്ണിയെ. അയാൾ ഹരി കൃഷ്ണനിൽ എത്തിനിൽക്കുന്നുവെന്നുതന്നെ അവൾ വിശ്വസിച്ചു. പക്ഷേ, തനിക്കൊരു പാപ്പിക്കുട്ടിയാകാൻ കഴിയില്ലല്ലോ എന്നത് അവളുടെ സങ്കട മായിരുന്നു.

പാപ്പിക്കുട്ടിയെ സ്കെച്ച് ചെയ്തപ്പോൾ, അവൾ അശ്വതിയെ മോഡ ലാക്കി. മാമുണ്ണിയെ വിശ്വനാഥനും. അതുകഴിഞ്ഞപ്പോഴാണ് ഇക്കോരൻ പ്രശ്നമായത്, പഴയ ബംഗാളി നടൻ ഉൽപൽദത്ത്, ഹിന്ദിയിലെ അംജത് ഖാൻ തുടങ്ങി പലരേയും. പക്ഷേ, ശരിയാകുന്നില്ല. പുതിയ നടന്മാരും തീരെ പറ്റില്ലെന്ന് അവൾക്ക് ബോധ്യമായി.

അവൾ അശ്വതിയോട് തന്നെ ചോദിച്ചു, “മമ്മി പറ്റിയ ഒരു മലയാള നടന്റെ ഫോട്ടോ കണ്ടുപിടിക്കാമോ?”

“അതു ശരിയല്ല, റൂമാ. കിട്ടിയ മെറ്റീരിയൽസ് വെച്ച് സ്വന്തമായി നീ തന്നെ ഒന്നു ചെയ്തുനോക്ക്.”

എത്ര ശ്രമിച്ചിട്ടും അയാളെ ചിത്രീകരിക്കാൻ അവൾക്കായില്ല.

അശ്വതിക്കും ഇക്കോരൻ എങ്ങനെയാണെന്നറിയില്ലായിരുന്നു. വെള്ളാംകല്ലൂരോ, അന്നമനടയിലോ കണ്ടിട്ടുള്ള ഒരാളെ ഓർമിച്ചാലും അത വൾക്ക് പറഞ്ഞുകൊടുക്കാൻ അശ്വതിക്കാവില്ല. മരുമകളെ സന്തോഷിപ്പി ക്കാൻ പഴയ സിനിമാമാസികയിൽനിന്ന് രണ്ടുമൂന്ന് ഫോട്ടോ കാണിച്ചു കൊടുത്തു. താടിയും ആവശ്യത്തിലേറെ കഷണ്ടിയും ശേഷിച്ചുള്ള കാടു പിടിച്ച മുടിയും തടിമാടനുമായ ഒരാളായിരുന്നു ആദ്യത്തേത്. അദ്ദേഹം ഫോട്ടോഗ്രാഫറും ശാന്തനുമാണെന്ന് അവർ എവിടെയോ വായിച്ചിട്ടുണ്ട്. പേര് ഓർക്കുന്നില്ല.

രണ്ടാമത്തേത്, കൊച്ചിക്കാരനായ തമാശക്കാരൻ.

താടിക്കാരനെ ഒഴിവാക്കി.

രണ്ടാമത്തെയാളെ അവൾ കമ്പ്യൂട്ടറിൽ കയറ്റി, പല ഡൈമൻഷനിൽ, പല വേഷത്തിൽ രൂപപ്പെടുത്തി.

പതിനേഴ്

മാമുണ്ണി ചരിത്രത്തിലെ ഏതോ ഒരധ്യായം അശ്വതി പറഞ്ഞുകൊടുത്തത് റൂമ എഴുതിയുണ്ടാക്കിയത് ഇങ്ങനെ.

കഴുങ്ങൻ കാരണവർ കാലം ചെയ്തു. തറവാട്ടിൽ പുതിയ അവകാശി മാമുണ്ണിക്കനുവദിച്ചിരുന്ന ആനുകൂല്യങ്ങൾ നിറുത്തലാക്കി. തമ്പുരാൻ ഭ്രഷ്ട് കല്പിച്ചവനെ ഇങ്ങനെ തീറ്റിപ്പോറ്റേണ്ടെന്ന് അയാൾ നിശ്ചയിച്ചതാകാം.

പിൻതലമുറയിലെ ചെറുപ്പക്കാർ ഒളിഞ്ഞും തെളിഞ്ഞും പാപ്പിക്കുട്ടിയെ പ്രാപിക്കാൻ ശ്രമിച്ചിരുന്നു.

പാപ്പിക്കുട്ടിയുടെ സഹകരണമുണ്ടായില്ലെന്ന് മാത്രമല്ല, യോദ്ധാവിന്റെ മെയ്‌വഴക്കമുള്ള മാമുണ്ണിയുടെ ഇരുട്ടടിയിൽ പലരുടേയും എല്ലുകൾ പൊട്ടിയിരുന്നു.

അവരുടെ ഏഷണിയാണ്, തറവാട്ടിൽനിന്നുള്ള ആനുകൂല്യം ഇല്ലാതാക്കിയത്.

കഴുങ്ങൻകാർ കൈയൊഴിഞ്ഞതോടെ കരക്കാർ മാമുണ്ണിയോടടുക്കാതായി. അങ്ങനെ അല്ലറ ചില്ലറ വൈദ്യവും ജ്യോതിഷവും വച്ചുള്ള കളിയും മുടങ്ങിപ്പോയി.

മാമുണ്ണിക്ക് വീണ്ടും ഭ്രഷ്ട്.

പരിഭ്രമിച്ച ഇക്കോരൻ പറഞ്ഞു.

"ഇങ്ങനെ പോയാൽ സ്ഥിതിയെന്താവും ഗുരുനാഥാ?"

"ഇവരോടൊക്കെ പ്രതികാരം ചെയ്യണം."

"ഞാനെന്താ തമ്പുരാനോ?"

"തമ്പുരാനെ വീഴ്ത്താനായില്ലേ അങ്ങേക്ക്."

പാപ്പിക്കുട്ടിക്കും പറയാനുണ്ടായിരുന്നു, ചിലതെല്ലാം.

"കുലോം കുടുംബോം ഇല്ലാണ്ടിങ്ങനെ നായ്ക്കളെപ്പോലെ എന്തിനാ ജീവിക്കണത്?"

"കുലമുണ്ടാകണമെങ്കിൽ, കുലദേവത വേണം. ദേവതയുടെ സാന്നിധ്യവും അനുഗ്രഹവുമുണ്ടാകണം. അത് നാട്ടുകാർ തിരിച്ചറിയുകയും വേണം."

സ്വപ്നത്തിൽ തേവർ തെളിഞ്ഞു.

"മാമുണ്ണി, നാം നിന്റെ പ്രാർത്ഥന കേട്ടിരിക്കുന്നു. നിന്റെ ആഗ്രഹസാക്ഷാൽക്കാരത്തിന് ഒടപ്പെറന്നോളെ കൂട്ടിവന്നോളൂ."

സ്വപ്നവിശേഷം കേൾപ്പിക്കാൻ രണ്ടേ രണ്ടുപേർ;

പാപ്പിക്കുട്ടിയും ഇക്കോരനും.

പൗർണമി. നിലാവിൽ നിൽക്കുന്നവരുടെ മൂന്ന് നിഴലുകൾ. ഗർഭവതിയായ പാപ്പിക്കുട്ടി.

മുറ്റത്ത് മൂലയിൽ ഇക്കോരൻ, മാമുണ്ണി.

"ഇറങ്ങട്ടെ? നാൽപത്തിയൊന്നാം ദിവസം സരസ്വതീയാമത്തിൽ ഞാൻ മടങ്ങിയെത്തും, കൂടെ ഭഗവതിയുണ്ടായിരിക്കും."

ആർക്കും ഒന്നും പറയാനില്ലായിരുന്നു.

ആവണപ്പലകയിൽ ചെമ്പട്ട് മടക്കിവച്ച് വിളക്ക് കൊളുത്തി കാത്തിരിക്കണം.

ഭഗവതിക്ക് കാൽകഴുകാൻ പുറത്ത് കിണ്ടിയിൽ വെള്ളം വയ്ക്കാൻ മറക്കരുത്.

ഇനി കേൾക്കുക മാത്രമേ ചെയ്യാനുള്ളൂ.

"ഇക്കോരാ പാപ്പിക്കുട്ടിക്ക് തുണ നീയാണ്."

"അടിയൻ." "നാല്പത്തിയൊന്നിന് ഞാൻ മടങ്ങിവന്നില്ലെങ്കിൽ പിന്നെ എന്നെ ആരും കാണില്ല; എനിക്കുവേണ്ടി ആരും കാത്തിരിക്കരുത്."

പാപ്പിക്കുട്ടി കരഞ്ഞു.

"എങ്കിൽ നാൽപത്തിരണ്ടാം ദിവസം എന്റെ ശവം അമ്പലക്കുളത്തിൽ പൊന്തും."

പതിനെട്ട്

കാവിൽ കോഴിക്കല്ലിനരികെയുള്ള പാലക്കൊമ്പിൽ തലകീഴായി കിടന്ന് ദേവിയെ ധ്യാനിക്കുന്ന മാമുണ്ണി രാപ്പകലുകൾ തിരിച്ചറിഞ്ഞില്ല. ഇരുളു വെളിവുകളുടെ സ്പന്ദനങ്ങൾ മന്ത്രങ്ങളുടെ അക്ഷരപ്പൂട്ടിലേക്ക് ഭദ്രയെ ആവാഹിച്ചും സ്തോത്രങ്ങൾ ആലപിച്ചും തന്ത്രങ്ങളാൽ പ്രീണിപ്പിച്ചും മുദ്രകളാൽ മനസ്സിൽ പ്രതിഷ്ഠിച്ചും ദേവിയെ സംപ്രീതയാക്കുകയായിരുന്നു മാമുണ്ണി.

എങ്കിലും ദേവി പ്രത്യക്ഷപ്പെട്ടില്ല. നാൽപത്തിയൊന്നാം രാവിൽ, യോഗവിദ്യയിലൂടെ ആത്മത്യാഗത്തിനൊരുങ്ങി മാമുണ്ണി. യോഗവിദ്യയിലൂടെ തന്നെ പാപ്പിക്കുട്ടിയേയും ഇക്കോരനേയും മൃത്യുവിലേക്കുള്ള ആവാഹനം തുടങ്ങിയപ്പോൾ ദേവി തെളിഞ്ഞു.

'അരുത് മാമുണ്ണി, അരുത്. നിന്റെ അഭീഷ്ടസിദ്ധിക്കായി ഞാനിതാ നിന്റെ മുന്നിൽ." മാമുണ്ണി കണ്ണുതുറന്നു.

ശോണപ്രഭം സോമകലാവതംസം
പാണിസ്പുരൽ പഞ്ചശരേഷുചാപം
പ്രാണപ്രിയന്നൗമി പിനാകപാണേ
കോണത്രയസ്തം കുലദൈവത...

മാമുണ്ണി സാഷ്ടാംഗം പ്രണമിച്ചു.

അമ്മേ ഞാൻ അഗതിയാണ്. അശരണനാണ്. നിന്ദ്യനും നിരാലംബനുമാണ്.

ദേവി അപ്രത്യക്ഷയാകുകയാണോ?

നെഞ്ചിൽ വിലങ്ങനെ വീഴുന്ന ഇടിത്തീ....

തേവരുടെ കുളത്തിൽപൊന്തുന്ന പാപ്പിക്കുട്ടിയുടെ ജഡം.

ഗുരു നഷ്ടപ്പെട്ട് നാട്ടാരുടെ മുന്നിൽ നട്ടെല്ലില്ലാതാകുന്ന ഇക്കോരൻ.

"അമ്മേ, മഹാമായേ..." ചന്ദ്രതേജസ്സാർന്ന ഭഗവതീമുഖത്ത് അഗ്നിസ്ഫുലിംഗങ്ങൾ...

"എന്റെ പാപ്പിക്കുട്ടീ."

"കണ്ണടച്ചോളൂ."

അടച്ച കണ്ണ് തുറന്നപ്പോൾ വീട്ടുമുറ്റത്തായിരുന്നു.

തേച്ചുമിനുക്കിയ ഓട്ടുകിണ്ടി ഉമ്മറപ്പടിക്കരികെ.

ഓട്ടുവിളക്കുമായി പാപ്പിക്കുട്ടി.

അകം ചെത്തിപ്പൂമാലകൾ കൊണ്ടലങ്കരിച്ചിരുന്നു. ഉയരുന്ന അഷ്ട ഗന്ധപ്പുക.

എരിയുന്ന നെയ്‌വിളക്ക്. ആവണപ്പലകയിൽ നാലായി മടക്കിയ ചെമ്പട്ട്.

എല്ലാം പറഞ്ഞുവച്ച പോലെ.

സുസ്മേരവദനയായി വലതുകാൽവച്ച് ഭഗവതി അകത്തുകയറി.

ഘണ്ഠാകർണമൂലയിൽ നിന്ന് ഇക്കോരൻ കരഞ്ഞു "ഗുരുനാഥാ, കര ക്കാരറിയണം. കഴുങ്ങൻനായന്മാരറിയണം. കാവിലമ്മ ഇവിടെയുണ്ടെന്ന്."

മാകർമേ മധുകൈടഭഘ്നി മഹിപ്രാണാ-

പഹാരോദ്യമേ

ഹേലാ നിർമിത ധൂമ്രലോചനവധേ ഹേ ചണ്ഡ-

മുണ്ഡാർദിനി

നിശ്ശേഷീകൃത രക്തബീജദനുജേ നിത്യേ

നിശുംഭാപഹേശുഭധ്വംസിനി സംഹാരശു ദുരിതം

ദുർഗേ

നമസ്തേംബികേ...

അമ്മേ, ഇക്കോരനെ തൊട്ട് തിരിച്ചുവന്ന് തൃപ്പാദങ്ങളിൽ നമസ്കരി ക്കാൻ അടിയന് സമയം തരണം. തിരിച്ചുവരുംവരെ അമ്മ മറയരുത്.

പുറത്തിറങ്ങിയ മാമുണ്ണി ഇക്കോരനെ തൊട്ടു.

കഴുങ്ങന്മാരേയും കരക്കാരേയും വിളിച്ചറിയിക്ക്. കാവിലമ്മ മാമുണ്ണിക്ക് പ്രത്യക്ഷയായെന്ന്.

ഭയഭക്തി വിസ്മയങ്ങളിൽ മുങ്ങിയ ഇക്കോരൻ വിറയ്ക്കുകയായി രുന്നു.

അയാളുടെ കൈയിലെ സർപ്പപുളപ്പുള്ള കടുംതലയുടെ ഇരു വായ്ത്തലകളിലും ഇടിവാളിന്റെ മൂർച്ച.

"ഇക്കോരാ പോയ്‌വാ."

മാമുണ്ണി കടുംതല വലിച്ചെടുത്തു.

പാഞ്ഞെത്തിയ കഴുവിൽനായന്മാരും കരപ്രമാണികളും ഇക്കോരനും നോക്കിനിൽക്കേ വാൾമൂർച്ചയിൽ പെടലഞരമ്പുകളരിയുന്ന മാമുണ്ണിയുടെ വാക്കുകളിലും ചോര ഒഴുകിയിരുന്നു. "ഇക്കോരാ, കൂടെ പോന്നോളൂ. വെള്ളം മുട്ടില്ല... വെള്ളം മുട്ടില്ല..."

രക്തം തൊട്ടണിഞ്ഞ ഇക്കോരൻ ഉറഞ്ഞുതുള്ളി. ഗുരുവിന്റെ ജീവൻ അരിഞ്ഞെരിഞ്ഞ കടുംതലകൊണ്ട് സ്വയം തലങ്ങും വിലങ്ങും വെട്ടി മരിച്ചുവീണു അയാൾ.

മാമുണ്ണിയെ കാത്തിരുന്ന ദേവിയെ തേടിയെത്തിയത് ചതിയുടെ രുധിര ഗന്ധമായിരുന്നു.

മന്ദഹാസ പ്രസാദമുഖത്ത് കാളിമ പടരുംമുമ്പേ- വെൺമുത്തു ദന്ത നിരകളിൽ നിന്ന് ദംഷ്ട്രകൾ നീളുംമുമ്പേ കരുണാസാഗരങ്ങളായ കണ്ണു കൾ വിരൂപാക്ഷങ്ങളായി അഗ്നി വർഷിക്കും മുമ്പേ. കളഭമേനിയിൽ കൃഷ്ണവർണം പടർന്നുകയറുംമുമ്പേ മാണിക്യവീണാസ്വനം ദിഗന്തങ്ങൾ പൊട്ടിപ്പൊളിക്കും അട്ടഹാസമാകും മുമ്പേ സ്നേഹവാത്സല്യങ്ങളുടെ പുഷ്പ സ്പർശമേകുന്ന കൈകൾ വസൂരിയുടെ വിത്തുകൾ വാരി യെറിയും മുമ്പെ ഭഗവതി ശപിച്ചു.

മാമുണ്ണി, നീയെന്നെ ചതിച്ചു. എങ്കിലും നീ ആവശ്യപ്പെട്ടതെല്ലാം ഞാൻ വരമായി നൽകിയിരിക്കുന്നു കുലം, കുലപ്പെരുമ, കുലദേവതയായി, ബന്ധിതയായ ഈ ഞാനും.

പിന്നെ കാലം മുടിയുന്നതും തറവാട്ടിൽ കാലുകുത്തുന്ന വധുക്കൾ പിഴച്ചുപെറ്റ് പ്രാമാണിത്തം നഷ്ടപ്പെടുന്നതും ചത്തൊഴിയുന്നവരുടെ പ്രേതങ്ങൾ മോക്ഷം കിട്ടാതെ നട്ടം തിരിയുന്നതും കണ്ട് ഞാൻ ചിരിക്കും.

ഇതിനൊക്കെ സാക്ഷിയായി പാപപ്രേതങ്ങളിൽ ഒന്നായി നിന്നെ എന്റെ മുടിയിഴക്കുരുക്കിൽ ഞാനിതാ അടക്കിയിരിക്കുന്നു. ഓം ഹ്രീം ഹ്രീം...

പത്തൊമ്പത്

ഈ കുറിപ്പിനു താഴെ റോഷ്മ വരച്ചിട്ട കാളിയുടെ രൂപം ബംഗളാ സ്റ്റൈലിലുള്ളതാണ്. ഉടല്‍ കരിം കറുപ്പ്. വലിയ രണ്ട് കണ്ണുകളില്‍ വെളുപ്പ് ഏറെ. നീണ്ട നാക്കില്‍ ഇറ്റുന്ന ചോര.

കാളിയുടെ കാല്‍ചുവട്ടില്‍ മാമുണ്ണിയെ വരച്ചത് എന്തിനാണെന്ന്, പക്ഷേ, അശ്വതി ചോദിച്ചില്ല.

ഇരുപത്

റോഷ്മ മിത്ര മറ്റൊരു അധ്യായം എഴുതിത്തുടങ്ങി. അതിനു മുമ്പ് ഒരു ചിത്രം സ്കെച്ച് ചെയ്തിരുന്നു.

മാധവൻ. 60 വയസ്സിനുമേൽ പ്രായം, തടിയൻ. കുടവയർ. ചെറുപ്പത്തിൽ അതിസുന്ദരനായിരുന്നതിന്റെ ശേഷിപ്പുകൾ, മുഖത്ത്. നല്ല നിറം. കഴുത്തിൽ ചുറ്റിയിട്ട രണ്ടാംമുണ്ട്. പിന്നിൽ നാലഞ്ച് പണിക്കാർ. രണ്ടാളുടെ ചുമലിൽ തെങ്ങുകയറാനുള്ള മുളയേണിയും തൂക്കിയിട്ടിരിക്കുന്നു. വലിയ കൊടുവാളുമുണ്ട്. അവർ നടന്നടക്കുകയാണ്.

മകരമഞ്ഞിനെ ഇളംവെയിൽ ഒപ്പിയെടുക്കാൻ തുടങ്ങിയിട്ടേയുള്ളൂ. ക്ഷേത്രവളപ്പിലെ മരത്തലപ്പുകളിപ്പോഴും മഞ്ഞുമറയിൽ ഒളിഞ്ഞുനിൽക്കുന്നു. തോട്ടുവരമ്പ് കടന്ന് ഇഞ്ചപ്പുൽക്കാടുകൾക്കിടയിലെ നടപ്പാതയിലൂടെ അവർ നടന്നടുക്കുന്നു.

ആദ്യം കണ്ടത് സുജാതയാണ്.

“ഏട്ടത്തീ, വേഗം വരൂ.”

ഇറങ്ങിച്ചെന്നു.

“ദേ നോക്കൂ.”

അവൾ വിരൽ ചൂണ്ടി.

എന്തോ പറയാനുള്ള തിടുക്കമുണ്ടവൾക്ക്. പക്ഷേ വാക്കുകൾ എവിടെയോ ഉടക്കിപ്പോകുന്നു.

“എന്താ കുട്ടീ... എന്താച്ചാ വേഗം പറയ്...”

“ആ പോകുന്നതാ, വിശ്വേട്ടന്റെ ചെറിയച്ഛൻ.”

“വിശ്വേട്ടന്റെ മാത്രമോ?”

“അച്ഛനില്ലാത്ത എനിക്കെവിടന്നാ ചെറ്യേച്ഛൻ?”

തിരിച്ചെന്തു പറയാൻ!

തറവാട് പുരാണത്തിലെ പ്രധാന കഥാപാത്രങ്ങളിൽ ഒരാളായ മാധവ ചെറ്യേച്ഛൻ നടന്നുകൊണ്ടേയിരിക്കുന്നു.

ഇങ്ങോട്ടൊന്നും നോക്കുന്നതേയില്ല.

മുഖത്ത് പടർന്നുകയറിയ വിഷാദകാളിമ മറയ്ക്കാനുള്ള സുജാതയുടെ ശ്രമം വിജയിക്കുന്നില്ല.

"നിനക്ക് അച്ഛനുണ്ട്. അദ്ദേഹമാരാണെന്ന് പറയുന്നില്ലെന്നേയുള്ളൂ."

പിന്നിൽ കാൽപെരുമാറ്റം.

അഴിഞ്ഞുലഞ്ഞ മുടി. കൺകോണിൽ ചോപ്പ്. തങ്കനിറമാർന്ന മുഖത്തുനിന്ന് ചീറിപ്പറക്കുന്ന അരിശത്തിന്റെ കടന്നലുകൾ.

അമ്മ.

"പുലയാടിമക്കൾക്ക് അച്ഛനുണ്ടാകില്ല. ഇല്ലാത്ത അച്ഛനെ കണ്ടുപിടിക്കാൻ ഒരുത്തീടേം ആവശ്യമില്ല."

വന്ന വേഗത്തിൽത്തന്നെ അവർ തിരിച്ചുനടന്നു. തെക്കേമുറിയുടെ കതകുകൾ ഏറെ ശബ്ദത്തോടെ വലിച്ചടയ്ക്കപ്പെട്ടു.

കരച്ചിൽ അടയ്ക്കാനാകുന്നില്ല. അശ്വതിക്ക്. അത് ചങ്കിൽ പിടയുകയാണ്. ചായ്പിലേക്ക് ഓടി.

ഇരുപത്തിയൊന്ന്

മുഷിഞ്ഞ പകൽ ഒഴിഞ്ഞുപോകുന്നു. വെയിൽ ഒപ്പിയെടുത്ത മകരക്കുളിർ മടങ്ങിവരുന്നു. ഇരുളാൻ തുടങ്ങിയിട്ടുണ്ട്...

സുജാതയെ കാണാനില്ല.

അന്വേഷിച്ചപ്പോൾ സർപ്പക്കാവിനരികെ വഴിതെറ്റിപ്പോയവളെപ്പോലെ നിൽക്കുന്നു.

അങ്ങോട്ട് ചെന്നു.

കാവിന് ചുറ്റും കാവൽ നിൽക്കുന്ന വെള്ളിലങ്ങളുടെ ഇളംതളിരുകളിൽ കാറ്റ് ചിറകടിക്കുന്നു. ചുവന്ന ആകാശച്ചെരുവിലേക്ക് കറുത്ത പക്ഷികൾ കൂട്ടത്തോടെ പറന്നില്ലാതാകുന്നു.

ഇലകൊഴിഞ്ഞ പാലക്കൊമ്പുകളിൽ പൂക്കൾ കുമുകുമാ ഗന്ധങ്ങൾ ചൊരിയുന്നു.

ഇതൊന്നും ആസ്വദിക്കാനാവുന്നില്ല.

സ്വർണവെളിച്ചം ഒഴിഞ്ഞുപോകുന്ന സന്ധ്യയിൽ നിറയുന്നത് വിഷാദം മാത്രം.

സുജാതേ-

അവൾ തിരിഞ്ഞുനിന്നു. എണ്ണ പുരളാത്ത ചുരുണ്ട മുടിയിലേക്ക് ഇളംകാറ്റ് ഓടിക്കയറി.

വിടർന്ന കണ്ണിൽ കുടിയേറിയ വിഷാദത്തിന് പക്ഷേ, സ്ഥിരം കുസൃതിയെ ഇറക്കിവിടാനായില്ല.

ഉലഞ്ഞ വസ്ത്രങ്ങൾക്കുള്ളിൽ സമൃദ്ധയൗവ്വനത്തിന്റെ തിമിർപ്പ്. ഇത്രയും സുന്ദരിയായ പെൺകുട്ടി മറ്റെവിടെയെങ്കിലും ജനിക്കേണ്ടതായിരുന്നു.

"എന്താ ഏട്ടത്തീ..."

"വാ."

"എങ്ങോട്ടാ?"

"എങ്ങോട്ടെങ്കിലും! ഞാൻ ചോദിക്യാ, കുളിക്കാണ്ടും ഉണ്ണാണ്ടും ഇരിക്കാൻ മാത്രം ഇപ്പോഴെന്തുണ്ടായി. എനിക്കേയ് വെശന്നിട്ടു വയ്യാട്ടോ."

രാവിലെ മുതൽ അവളെപ്പോലെതന്നെ ഒന്നും കഴിച്ചിട്ടില്ല.

സുജാത പുറകെ വന്നു.

നമുക്കൊന്നു കുളിച്ചുവരാം, ആദ്യം.

സോപ്പും തോർത്തുമായി, തെങ്ങിൻതടിപ്പാലം കടന്ന് വയൽവരമ്പിലൂടെ അമ്പലക്കുളത്തിലേക്കു നടന്നു.

പെണ്ണുങ്ങളുടെ കടവിൽ, രണ്ട് മൂന്നുപേർ കുളിക്കുന്നു.

വരട്ടെ ഏട്ടത്തീ... അവന്മാര് പോകട്ടെ.

ഉപദേവതക്കോവിലിന്റെ പിന്നിൽ ചെന്നുനിന്നു.

അറിയാതെ കണ്ണുകൾ ചുമരിൽ ഉടക്കിപ്പോയി.

നാട്ടിലെ കാണാൻ കൊള്ളാവുന്ന പെൺകുട്ടികളുടെ പേരും വികൃതചിത്രങ്ങളും പൂരപ്പാട്ടുകളും കോറിവച്ചിരിക്കുന്നു.

ഗോപിയേയും സുജാതയേയും അവർ ഒഴിവാക്കിയിട്ടില്ല.

നിറം മങ്ങിത്തുടങ്ങിയിട്ടുണ്ടെങ്കിലും ഏറെ സ്ഥലം അവർക്കു വേണ്ടിയാണ് ഉപയോഗിച്ചിരിക്കുന്നത്. വിശ്വന്റെ അമ്മയ്ക്കും കുറച്ചു സ്ഥലമുണ്ട്.

“ഏട്ടത്തീ അതൊന്നും നോക്കണ്ട.”

“ഇല്ല കുട്ടീ. ഇതെവിടേയും കാണുന്ന സാധാരണ കാഴ്ചകളാണ്. നീ വിഷമിക്കേണ്ട.”

കടവിൽനിന്ന് കുളി കഴിഞ്ഞ് പോകുന്നവരുടെ കമന്റ്:

ഡേയ് പുതിയ ഒരു ചരക്കുകൂടെ എത്തിയിട്ടുണ്ടല്ലോ,

സിനിമാതാരം മാതിരിയുണ്ടല്ലോ.

വസ്ത്രം ഉരിഞ്ഞുവീഴുന്നപോലെ.

“ഞങ്ങളും ഈ നാട്ടുകാരാണേ... ഒന്ന് മനസ്സുവയ്ക്കണേ...”

ഒരാൾ കണ്ണിറുക്കി കൈ വീശി.

“വരൂ ഏട്ടത്തീ.”

സുജാത കൈയിൽ പിടിച്ചു.

തെളിഞ്ഞ വെള്ളത്തിൽ ആകാശച്ചോപ്പ് വീണുകിടക്കുന്നു.

“ഏട്ടത്തി കുളിച്ചോളൂ...”

അവൾ അലക്കുകല്ലിൽ കയറിയിരുന്നു.

തോർത്താൻ തുടങ്ങിയിട്ടും സുജാത അനങ്ങുന്നതേയില്ല.

ജലച്ഛായയിൽ സ്മൃതികളുടെ പരൽമീനുകൾ ഊളിയിട്ടെത്തുന്നപോലെ. അവളിപ്പോൾ ഓർമകളുടെ ചിറ്റോളങ്ങളിൽ സ്വയം നഷ്ടപ്പെട്ട ഉണങ്ങിയ പുല്ലാനിത്തുണ്ടായിരിക്കുന്നു. ഈറൻ വസ്ത്രത്തിനകത്ത് ഏട്ടത്തി വിറയ്ക്കാൻ തുടങ്ങി.

“സുജാതേ, വേഗമാകട്ടെ എനിക്ക് കുളിരുന്നു.”

“എങ്കിൽ പോകാം.”

“നിനക്ക് കുളിക്കണ്ടേ...”

“വേണ്ട.”

ഇരുപത്തിരണ്ട്

നടന്നെത്തിയത്, ക്ഷേത്രനട തൊട്ടുവന്ദിക്കുന്ന കൽപ്പടവുകളുടെ തുടക്കത്തിലാണ്. മുകളിൽ, ചുറ്റുവിളക്കുകൾ നക്ഷത്രങ്ങളായിരിക്കുന്നു. നെയ്‌വിളക്കുകൾ എരിയുന്ന ശ്രീകോവിൽ.

വേഗം പടികൾ ചവുട്ടിക്കയറി.

ഭഗവാന്റെ മുഖത്ത് പ്രശാന്തത.

കൈകൂപ്പി.

ദേവമുഖം മനസ്സിലേക്കാവാഹിച്ച് കണ്ണുകളടച്ചു.

ഈശ്വരാ ചുറ്റുമുള്ള ഈ ചെറിയ മനുഷ്യരുടെ ദുഃഖം, ദൈന്യം, നീ കാണുന്നില്ലേ.

കണ്ണുതുറന്നപ്പോൾ തൊട്ടുപുറകിൽ ആരോ ഉണ്ട്. തൈല സുഗന്ധം. തിരിഞ്ഞുനോക്കി.

ലാവണ്യം ഒഴിഞ്ഞുപോകാൻ മടിക്കുന്ന മുഖവും മേനിയഴകുമുള്ള ഒരമ്മ. അങ്ങിങ്ങു വെള്ളക്കമ്പികൾ പാകിയ മുടിക്കെട്ടിൽ തുളസിക്കതിർ, കഴുത്തിൽ സ്വർണംകെട്ടിയ രുദ്രാക്ഷമാല.

വെള്ള റൗക്കയും അതിന്മേൽ ഒരീഴത്തോർത്തുമിട്ടിരിക്കുന്നു.

കൽവിളക്കിലെ നാളങ്ങൾ കവിളിൽ ചാഞ്ചാടുന്നുണ്ട്. പ്രദക്ഷിണം കഴിഞ്ഞ് നടയ്ക്കൽ തൊഴുതു നിൽക്കുകയാണവർ. മാറിനിൽക്കുന്ന സുജാതയെ കണ്ടപ്പോൾ അവർ അങ്ങോട്ടു ചെന്നു.

അവളുടെ പാറിപ്പറക്കുന്ന മുടിയിഴകൾ ഒതുക്കിപ്പിടിച്ച് മൂർദ്ധാവിൽ ചുംബിച്ചു. വാത്സല്യത്തോടെ, കവിളിലും ചുമലിലും കൈത്തണ്ടകളിലും തലോടി.

അവൾ ആഹ്ലാദത്തോടെ, അനുസരണയോടെ നിന്നുകൊടുക്കുന്നു.

അമ്മ തിരിഞ്ഞ് കൗതുകപൂർവം നോക്കി.

"മോളെ വരൂ."

അശ്വതി അങ്ങോട്ടു ചെന്നു.

അവർ പൊതിയിലിരുന്ന ചന്ദനം നെറ്റിയിൽ ചാർത്തിക്കൊടുത്തു.

"കുട്ടിക്ക് മനസ്സിലായോ ആവോ?"

"നിക്കറിയാം ലക്ഷ്മിക്കുട്ടി ചെറ്യേമ്മ. എല്ലാം വിശേട്ടൻ പറഞ്ഞിട്ടുണ്ട്."

"ഹെന്റെ തേവരേ-"

അവർ കണ്ണുകളൊപ്പി.

ആകാശച്ചോപ്പിൽ ഇരുട്ട് കനത്തിരിക്കുന്നു.

"ചെറ്യേമ്മേ ഞങ്ങള് പോട്ടേ?"

അവരുടെ സാന്ത്വനം വിട്ടകലാൻ ഇഷ്ടമല്ലാത്തപോലെ, സുജാത.

അവർ തമ്മിൽ ഒന്നും സംസാരിച്ചിട്ടില്ലെങ്കിലും എന്തൊക്കെയോ പറഞ്ഞും കേട്ടും തീർന്ന ഭാവമായിരുന്നു...

ചെറ്യേമ്മ അപ്പോഴും തേവരെ വിളിച്ച് കരയുകയും ആർക്കൊക്കെയോ വേണ്ടി പ്രാർത്ഥിക്കുകയും ചെയ്യുന്നുണ്ട്.

കൽപ്പടവുകളിറങ്ങുമ്പോഴും സ്നേഹവാത്സല്യങ്ങളുടെ ഊഷ്മളത പിൻതുടരുന്നതുപോലെ...

ഇരുപത്തിമൂന്ന്

കുളക്കടവിൽനിന്ന് മടങ്ങി ഈറൻതുണികൾ ഉണക്കാനിടുമ്പോഴും മനസ്സിൽ ചെറ്യേമ്മയുണ്ടായിരുന്നു.

കർപ്പൂരഗന്ധമേറ്റ കൃഷ്ണതുളസിയെപ്പോലെ, പ്രശാന്തതയുടെ നിലാവിറങ്ങിയ മുഖവുമായി ലക്ഷ്മിക്കുട്ടി ചെറ്യേമ്മ.

അശ്വതി ക്ലാവുപിടിച്ച ഓട്ടുവിളക്ക് തുടച്ച് തിരിയിട്ടു. നിറയെ എണ്ണയൊഴിക്കാനാവില്ല. തലകീഴായി പിടിച്ച കുപ്പിയിൽനിന്ന് കാറിത്തുടങ്ങിയ വെളിച്ചെണ്ണയുടെ ഇറ്റ് ഒഴുകിയിറങ്ങുന്നു.

തിരി നനഞ്ഞുകിട്ടാൻ ഇനിയുമൊഴുകിയെത്തുന്ന എണ്ണത്തുള്ളിക്കു കാത്തുനിൽക്കുമ്പോൾ പറയാൻ തോന്നി.

ഭഗവതീ, ഞാനിന്ന് ലക്ഷ്മിക്കുട്ടി ചെറ്യേമ്മയെ കണ്ടൂട്ടോ!! സുന്ദരി തന്നെയാണേ...

അക്കാലത്ത് വിശ്വേട്ടന്റെ അച്ഛൻ മോഹിച്ചതിലെന്താ തെറ്റ്! അല്ലെങ്കിൽ ദേവീ, തെറ്റും ശരിയും ഞങ്ങൾ മനുഷ്യർക്കല്ലേ പ്രശ്നമാകുന്നത്?

പിന്നേയ്, പണ്ടെങ്ങോ ആ മാമുണ്ണി മുത്തച്ഛൻ ചെയ്ത തെറ്റിന്റെ ശിക്ഷ ഇത്രയ്ക്ക് നീട്ടണോ കാവിലമ്മേ?

കാൽപെരുമാറ്റം കേട്ട് തിരിഞ്ഞുനോക്കുമ്പോൾ കൈയിൽ ഒരു കുടന്ന തെച്ചിപ്പൂക്കളുമായി വിശ്വേട്ടന്റെ അമ്മ.

തങ്കനിറമാർന്ന മുഖത്ത് പതിവില്ലാത്ത തിളക്കം. വേഗം വിളക്ക് കൊളുത്തി. അമ്മയുടെ മുന്നിൽനിൽക്കാനാവില്ല. തിരിഞ്ഞു നടക്കുമ്പോൾ അമ്മയുടെ ചന്ദനഗന്ധം കൂടെ പോരുന്നപോലെ. അടുക്കളയിൽ സുജാതയെ സഹായിക്കാമെന്ന് കരുതി. പക്ഷേ, അവൾ പറഞ്ഞു.

“എന്റെ പൊന്നു തമ്പുരാട്ടിയല്ലേ, ഇന്ന് എന്നെ തനിയെ വിട്.”

“എന്താ വിശേഷിച്ച്?”

“പ്രത്യേകവിശേഷമൊന്നുമില്ല. പണിയൊക്കെ തീർത്ത് ഞാനെന്റെ പ്രിയപ്പെട്ട കെട്ടിലമ്മയെ വിളിച്ചേക്കാം.”

പിന്നെ മൂളിപ്പാടാൻ തുടങ്ങി.

മണവാളൻ എത്തുംനേരം...

കുടുമയിൽ ചൂടാനൊരു...

കുടമുല്ല... ഹും! വിശ്വേട്ടൻ വരാറായിട്ടുണ്ട്. വേഗം റെഡിയായിക്കോ!

അവളുടെ അപ്പോഴത്തെ ആഹ്ലാദം വിട്ടുകൊടുത്ത് ചായ്പിലേക്ക് പോന്നു.

ജാലകപ്പാളികൾ തുറന്നിട്ടു. സന്ധ്യാകാശച്ചോപ്പിലേക്ക് പറന്നില്ലാതാകുന്ന ഇരുട്ടിന്റെ പതിവ് ചിറകടികൾ! തണുത്ത കാറ്റ്. അകലെ തേവരുടെ താഴികക്കുടം.

ദേവനെ വിളിച്ചും പരാതിപ്പെട്ടും പ്രാർത്ഥിച്ചും ചെറ്യേമ്മ ക്ഷേത്ര മുറ്റത്തു തന്നെയുണ്ടാകും.

പാവം ചെറ്യേമ്മ.

സ്നേഹിച്ച പുരുഷന്റെ വധുവാകാതെ, അദ്ദേഹത്തിന്റെ വീട്ടിൽ കഴിയുക. ഏറെ ദുരന്തങ്ങൾ അവരെ ചവിട്ടി മെതിച്ചിട്ടുണ്ടല്ലോ.

ഇരുപത്തിനാല്

വിശ്വന്റെ അച്ഛൻ കേശവന്റെ ചെറുപ്പം വരയ്ക്കാൻ റോഷ്മയ്ക്ക് എളുപ്പമായിരുന്നു. മൂന്നോ നാലോ കൊല്ലം മുമ്പ് കോളേജിൽ കണ്ട ഹരികൃഷ്ണനെ പിടിച്ചുനിറുത്തി ജീൻസും എക്സ് കാലിബർ ഷർട്ടും ഷൂസും കണ്ണടയുമൊക്കെ എടുത്ത് മാറ്റി ഒറ്റമുണ്ടുടുപ്പിച്ചു.

ഹെയർസ്റ്റൈൽ മാറ്റിയത്, നെറുകയിൽ ഒരു ലെയിനിട്ട്, മുടി രണ്ടു വശത്തേക്കും പകുത്തുവെച്ചാണ്, നെറ്റിയിൽ ചന്ദനക്കുറിയും നടുവിൽ സിന്ദൂരപ്പൊട്ടും.

കേശവന്റെ മുന്നിലിരിക്കുന്ന തിരുമേനിയായി ആദ്യം ഒരു ബംഗാളി ബ്രാഹ്മണനെ വരച്ചെങ്കിലും അത് മാറ്റി കാശ്മീരി പണ്ഡിറ്റിനെയാക്കി.

അത് കൃത്യമല്ലെന്ന് അശ്വതി പറഞ്ഞപ്പോൾ, അവൾ ചോദിച്ചു.

"മമ്മി കണ്ടിട്ടുണ്ടോ?"

"അതെങ്ങനെ നിന്റെ പപ്പപോലും ജനിച്ചിട്ടില്ല. പിന്നെ ഞാനെങ്ങനെ കാണും?"

"ദെൻ ഫോർഗെറ്റിറ്റ്. ദിസ് ഈസ് മൈ ഓൺ കോൺട്രിബ്യൂഷൻ."

ഇരുപത്തിയഞ്ച്

പാതിയടഞ്ഞ ധ്യാനനിരതനായ മിഴികളിലെ കൃഷ്ണമണികൾ കുണ്ഡലിനിയുടെ അന്വേഷണ അദൃശ്യതരംഗങ്ങൾ പാഞ്ഞുകയറിയ ഗൃഹസ്ഥാനത്ത് തറഞ്ഞുനിൽക്കുന്നു. സംഗമേശ്വരൻ തിരുമേനിയുടെ മുന്നിലെ രാശിക്കളത്തിൽ, തെറ്റിപ്പിരിയുന്ന പാപഗ്രഹങ്ങളുടെ വരുംചെയ്തികൾ കേട്ടറിയാൻ കാതുകൂർപ്പിച്ചിരിക്കുന്നു, കേശവൻ.

നനുനനുത്ത പൊടിമീശയിലും താടിയിലും വിയർപ്പിന്റെ നനവ്. നിമിഷമിടിപ്പുകൾ എണ്ണിക്കൊണ്ടിരിക്കുന്നു അവന്റെ ഹൃദയം. നമ്പൂതിരി കണ്ണുതുറന്നു. നെറ്റിയിൽ അന്വേഷണം കീറിയ ചാലുകൾ.

"കേശൂ-"

കേശവൻ ഒന്നിളകി.

"ഇപ്പോൾ ഒന്നും ആലോചിക്കേണ്ടടോ. വേഗം യാത്രയായിക്കോളാ."

"തിരുമേനി?"

"പഠിച്ച വിദ്യകളൊക്കെ ഓർമിക്യാ, കുലദേവതയെ ധ്യാനിക്ക്യാ."

കേശവന് സംശയം തീർന്നില്ല.

"വിദ്യയുണ്ടായിട്ടും അച്ഛനൊന്നും സമ്പാദിക്കാനായില്ല. കാരണവന്മാരായിട്ട് വാങ്ങിവച്ചിട്ടുള്ളത് ഭരദേവതാ കോപവും. ഗുണംപിടിക്കോന്ന്- അല്ലേ."

"തന്നെ."

"അതൊക്കെ അങ്ങനെന്ന്യാന്ന് കൂട്ടിക്കോളൂ. എന്നാൽ സ്വപ്രയത്നത്തിന് ഫലല്യാണ്ട് വരില്യ."

പാരമ്പര്യവൈദ്യനായിരുന്ന അച്ഛൻ ചികിത്സയ്ക്ക് കണക്കുപറഞ്ഞ് കാശ് വാങ്ങിയിരുന്നില്ല. അത് അധർമം എന്നായിരുന്നു അച്ഛന്റെ വിശ്വാസം.

ദാരിദ്ര്യം നിറഞ്ഞ വീട്.

കഴിവുള്ളവരാരെങ്കിലും കണ്ടറിഞ്ഞ് വല്ലതും കൊടുത്താലേ ചെലവ് നടന്നിരുന്നുള്ളൂ.

അച്ഛൻ മരിച്ചതോടെ എല്ലാം അവതാളത്തിലായി.

മണ്ടനായ അനിയൻ മാധവനും എപ്പോഴും കരയുന്ന അമ്മയുമാണ് കൂടെയുള്ളത്. വീട്ടിൽ കയറിച്ചെല്ലാനേ തോന്നിയിരുന്നില്ല.

സഹായവും ആശ്വാസവും സംഗമേശ്വരൻ നമ്പൂതിരിമാത്രം. അദ്ദേഹത്തിന്റെ കൂടെ നടക്കുക, വിദ്യകൾ കേട്ട് വശമാക്കുക, പഴയ താളിയോലകളിൽനിന്ന് സംശയങ്ങൾ തെളിച്ചെടുക്കുക.

അങ്ങനെയാണ് ദിവസങ്ങൾ പൊയ്ക്കൊണ്ടിരുന്നത്.

മറ്റുള്ളവർക്ക് കേശവൻ, തിരുമേനിയുടെ സഹായിയാണ്. കേശു പിരിഞ്ഞുപോകുന്നതിൽ അദ്ദേഹത്തിന് വിഷമമുണ്ട്. എന്നാലും പാണ്ടിയിലേക്കുള്ള യാത്രയെക്കുറിച്ച് സൂചിപ്പിച്ചതും തിരുമേനി തന്നെ. യാത്രയ്ക്കു മുമ്പേ ഗണിച്ചുനോക്കാൻ നിശ്ചയിച്ചതും മറ്റാരുമായിരുന്നില്ല.

"നീ ധനവാനാകും, കേശു. നാട്ടുകാർക്ക് വേണ്ടപ്പെട്ടവനാകും. ന്നാലും..."

"എന്താ തിരുമനസ്സേ നിർത്തിക്കളഞ്ഞത്?" കേശവന്റെ നെഞ്ചിടിപ്പ് സംഗമേശ്വരന്റെ കാതിൽ തറയുന്നു.

"കുറെക്കഴിയുമ്പോ വഴി തെറ്റ്വോന്നൊരു ശങ്ക."

അന്ന് പതിനെട്ടോ പത്തൊമ്പതോ വയസ്സുണ്ടായിരുന്ന വിശ്വന്റെ അച്ഛൻ കേശവൻ പാണ്ടിയിലേക്ക് വണ്ടികയറി. ആദ്യം പോയത് തെങ്കാശിയിലേക്ക്. തിരുമേനിയുടെ പരിചയക്കാരനുള്ള ഒരു കത്തുമായി. അത് നിരവധി യാത്രകളുടെ ആരംഭമായിരുന്നു.

എത്തിച്ചേർന്നിടങ്ങളിലെല്ലാം കണ്ടെത്തിയത് പണത്തിന്റെ ഉറവുകളാണ്. നാട്ടിൽ വയലും തൊടികളും വാങ്ങിക്കൂട്ടി. അതൊക്കെ നോക്കി നടത്താൻ മാധവനല്ലാതെ മറ്റാരുമില്ലായിരുന്നു. ചിറക്കെട്ടിനടുത്ത് പച്ചപ്പിൽ മുങ്ങിനിൽക്കുന്ന പത്തേക്കർ ഭൂമി കേശവൻ വാങ്ങിയത് ഗ്രാമക്കാർക്ക് അദ്ഭുതമായിരുന്നു. ഭൂമി അന്നൊക്കെ തമ്പുരാക്കന്മാരുടേതായിരുന്നു. അല്ലെങ്കിൽ അവരുടെ അധീനതയിലുള്ള ദേവസ്വം പരിധിയിൽ. ആ ഭൂമി പാട്ടത്തിനെടുത്ത് പണിയുന്നവരാണ് കരക്കാർ. പ്രഭുക്കന്മാർ പണിയെടുക്കാറില്ലല്ലോ, അക്കാലത്ത്.

കാണാത്ത ദൈവത്തിന്റേയും കൺമുന്നിൽ വന്ന് പേടിപ്പിക്കുന്ന തമ്പുരാക്കന്മാരുടേയും നാട്ടിൽ പാണ്ടിപ്പണം മുടക്കി മനവക ഭൂമി വാങ്ങിയത് കേശവനാണ്. ഇതിനെല്ലാം വഴികാട്ടിയായിരുന്നത് സംഗമേശ്വരൻ തിരുമേനിയും!

ചിറയ്ക്കരികെയുള്ള പച്ചപിടിച്ചുകിടന്ന തൊടിയിൽ മാളിക പണിതു. പിച്ചളക്കെട്ടുള്ള ശീലാന്തികളിൽ വരിക്കപ്ലാവിന്റെ പലകകൾ ചട്ട പൂട്ടിയ തട്ടുള്ള മാളിക. ശീലാന്തികളുടെ അറ്റങ്ങളിൽ തൂങ്ങുന്ന ഓട്ടുവിളക്കു കൾ.

കേശവന്റെ കുടുംബം മാളികയിലേക്ക് താമസമാക്കി. മച്ചും ഭഗവതി യുമുള്ള തറവാട് അടച്ചിട്ടു.

ചൊവ്വയും വെള്ളിയും മാത്രം അമ്മ പോയി തുറന്ന് വിളക്കുവയ്ക്കും.

പാണ്ടിയിൽനിന്നുള്ള ഓരോ വരവിനും പൂജാപുഷ്പാഞ്ജലി, കുരുതി എന്നിവ കേശവൻ നടത്തിയിരുന്നു. കരപ്രമാണികളും കാര്യസ്ഥന്മാരും ബന്ധുക്കളും പരിചയക്കാരുമൊക്കെ ചേർന്ന് ഉത്സവത്തിമിർപ്പുണ്ടാക്കുന്ന ചടങ്ങുകളായിരുന്നു അവ. പ്രശസ്തി ഗ്രാമത്തിന് പുറത്തും പടർന്നു. പര ദേശപ്പണം വാരിക്കൂട്ടുന്ന പരമയോഗ്യൻ. ഉദാരൻ, കാണാനാണെങ്കിലോ അതിസുന്ദരനും വിദ്വാനും.

കേശവനെ മോഹിച്ച നിരവധി പെൺകുട്ടികളിൽ ഒരുവളായിരുന്നു വടക്കുംപാട്ടെ മനോഹരിയായ ലക്ഷ്മിക്കുട്ടി.

പക്ഷേ, ഭ്രമണങ്ങളിൽ വഴിതെറ്റി ദശാസന്ധിയിലായ പാപഗ്രഹ ങ്ങളുടെ അപഹാരങ്ങൾ ഏറ്റുവാങ്ങാൻ വിധിക്കപ്പെട്ട ലഗ്നത്തിലായിരുന്നു.

മോഹിച്ചതും ആരാധിച്ചതും കേശവനെ. അമ്മ പെണ്ണുറപ്പിച്ചതും ലക്ഷ്മിക്കുട്ടിയെത്തന്നെയായിരുന്നു.

എന്നാൽ നിയോഗം മറ്റൊന്നായിരുന്നല്ലോ!!

ഇരുപത്തിയാറ്

വാൽക്കഷണം എന്നെഴുതി റോഷ്മ അടിവരയിട്ടു.

"എന്നാലും എന്റെ ദേവി ഇത് വലിയ കഷ്ടമായിപ്പോയി ട്ടോ..."

"ആരോടാ ഈ കുശുകുശുപ്പ്." സുജാത വളകിലുക്കിയത് പെട്ടെന്നായിരുന്നു.

"ഭഗവതിയോട്, അല്ലാതെ മറ്റാരോട് പറയാൻ?"

"എന്താപ്പോ ഇത്രയ്ക്ക് പുതിയ കാര്യം?"

"നമ്മളിന്ന് നിന്റെ ചെറ്യേമ്മെ കണ്ടതു തന്നെ.

"ഏട്ടത്തി, അവർ നിങ്ങൾക്കല്ലേ ചെറ്യേമ്മ. എനിക്ക് എന്റെ..."

ഇരുപത്തിയേഴ്

ഗ്രാന്റപ്പ കേശവന്റെ അടിപൊളി കഥ കാലവിശേഷം അശ്വതി പറഞ്ഞു കേട്ടപ്പോൾ, റോഷ്മയ്ക്ക് അദ്ഭുതം. "മമ്മിക്ക് നല്ല ഭാവനയുണ്ട്.

ഞാനതേപടി കോപ്പിയടിക്കാൻ പോകാ. ഇനി ഇതെന്റെ സ്വന്തം. മറ്റാരോടെങ്കിലും പറഞ്ഞാൽ പൈറസിക്ക് മമ്മി കോടതി കയറേണ്ടിവരും."

"നീയെടുത്തോ പക്ഷേ പടം വരയ്ക്കേണ്ടേ?"

"അതൊക്കെ മമ്മിയുടെ പറച്ചിലിൽത്തന്നെയുണ്ടല്ലോ.

ഇരുപത്തിയെട്ട്

തിരുവോണം നക്ഷത്രവും ശിവരാത്രിയും ഒരുമിച്ചുവരുന്നത് അടുത്താഴ്ചയിലാണ്. അന്നാണ് കേശവന്റെ പിറന്നാൾ. അവനെത്തുംമുമ്പേ പിറന്നാൾ വഴിപാടുകൾ ഏല്പിക്കാൻ അന്നമനട മഹാദേവക്ഷേത്രത്തിൽ വന്നതായിരുന്നു അമ്മ.

അപ്പോഴാണ് അവളെ കണ്ടത്.

ചന്ദനക്കീറുപോലൊരു പെൺകുട്ടി; പുഴക്കടവിലെ ഒതുക്കുകൾ കയറി വരികയായിരുന്നു. അടുത്തടുത്ത് വരുന്തോറും അമ്മയ്ക്ക് വിസ്മയം. ഇത്രയ്ക്ക് അഴകേറിയ പെൺകുട്ടിയെ വേറെങ്ങും കണ്ടിട്ടില്ലാല്ലോ.

കഴുകിയെടുത്ത കൊലുന്നനെയൊരു പെണ്ണ്. മാൻമിഴിയെന്നൊക്കെ കേട്ടിട്ടുണ്ട്. പിടയുന്ന കണ്ണുകൾ. കരിവണ്ടിന്റെ ചിറകടികൾപോലെ.

അമ്മ അവളെത്തന്നെ നോക്കിനിന്നു.

അപ്പോൾ ഒരു നിമിഷത്തേക്ക് അവൾ ചൂളിപ്പോയി.

പിന്നെ, മെല്ലെ മെല്ലെ വാല്യക്കാരിയുടെ പിന്നിലേക്ക് വലിഞ്ഞു.

അമ്മയ്ക്ക് ചിരി വരുന്നുണ്ടായിരുന്നു.

കുട്ടി തല നന്നായി തുവർത്തിയിട്ടില്ലല്ലോ എന്നാണ് ഇപ്പോൾ അമ്മ ശ്രദ്ധിച്ചത്.

ഒത്ത മുലകൾ എടുത്തുകാട്ടി, നനഞ്ഞ വസ്ത്രം ഒട്ടിക്കിടക്കുന്നു.

ശംഖിന്റെ മിനുപ്പാർന്ന കഴുത്തിൽ പച്ചക്കല്ലുകൾ പതിച്ച വൈരമിന്നി. അരച്ചെടുത്ത ചന്ദനം അലിഞ്ഞുചേർന്ന വെണ്ണപോലുള്ള കവിളുകൾ. കണ്ടുമതിയായില്ല. അപ്പോഴേക്കും അവൾ ക്ഷേത്രത്തിലേക്ക് നടന്നിരുന്നു.

തിരിഞ്ഞുനോക്കി. പുറം മൂടിക്കിടന്നുലയുന്ന കനത്ത മൂടി.

പിന്നെ സ്വയം പറഞ്ഞു.

"പെൺകുട്ട്യോളായാൽ ഇങ്ങനെ വേണം. വേണ്ടോളം മുടീം, മൂലേം നല്ല നിറോം."

പുഴയിലിറങ്ങി കാലും മുഖവും കഴുകുമ്പോൾ കേശുവിനെ ഓർത്തു പോയി. ഇപ്പോൾ പോയവൾ അവന് ചേർന്ന പെണ്ണുതന്നെ. പക്ഷേ കുട്ടി എവിടത്തെയാണെന്ന് ചോദിച്ചില്ലല്ലോ. വേഗം അമ്പലത്തിലേക്ക് നടന്നു.

ഇക്കുറി പിറന്നാളൂട്ട് കഴിഞ്ഞാൽ കേശവനോട് കല്യാണക്കാര്യം പറയണം. പിറന്നാൾദിനത്തിന് മുടങ്ങാതെ കേശവൻ എത്തും. അവനോട് ആകെക്കൂടെ ആവശ്യപ്പെട്ടിട്ടുള്ളത് അതുമാത്രമാ.

"കേശു, ഞാൻ ചാവണവരേയും നീയിത് മുടക്കരുത്ട്ടോ."

നെടുകെയിട്ട തൂശനില. നിറയെ എണ്ണയൊഴിച്ച് തിരിയിട്ട് കത്തിച്ച നിലവിളക്ക്. കുളിച്ച് ശുഭ്രവസ്ത്രം ധരിച്ച് ഇലയ്ക്കു മുന്നിൽ കേശു ഇരിക്കണം. അവന്റെ പിറകിൽ കിഴക്കോട്ട് തിരിഞ്ഞുനിന്ന് അരിയും പൂവും തലയിൽ വീഴ്ത്തിയാണ് ദീർഘായുസ്സിനായുള്ള മൗനപ്രാർത്ഥന.

പിന്നെ ഇലയിൽ വിളമ്പിയ എല്ലാ വിഭവങ്ങളുടേയും ഓരോ നുള്ളെടുത്ത് ഒരുമിച്ച് കുഴച്ച് നെയ്യിൽ മുക്കി വായിൽവെച്ച് കൊടുക്കുന്നു.

ഇത്തവണ പറയാനുള്ളത് കല്യാണക്കാര്യം തന്നെയാണ്.

ആലോചിച്ചു നടന്നപ്പോൾ അമ്പലനടയിലെത്തിയതറിഞ്ഞില്ല.

നടയിൽ കൈകൂപ്പി കണ്ണുതുറന്നപ്പോഴുണ്ട്, കുട്ടി പ്രദക്ഷിണം കഴിഞ്ഞ് വരുന്നു.

അമ്മ ചിരിച്ചു.

അവളും.

മുത്തുപോലുള്ള പല്ലുകൾ.

അമ്മയ്ക്ക് പിന്നേം ബോധിച്ചു.

"എവിടത്തെയാ?"

"വടക്കുംപാട്ടെ."

"നാരായണന്റെ മൂത്ത മോളാ അല്ലെ?"

പിന്നെ എന്തെല്ലാമോ സംസാരിച്ചു. കുടുംബകാര്യത്തിൽ കേശുവിനെക്കുറിച്ചും പറയുകയുണ്ടായി.

ഇടയ്ക്ക് അമ്മതന്നെ പെൺകുട്ടിയെ തലതോർത്തിക്കൊടുക്കുകയും ചെയ്തു.

പിന്നെ മടങ്ങുംവരെ അവൾ അമ്മയോടൊപ്പം നിന്നു. അവസാനമാണ് ചോദിച്ചത്.

"മോൾടെ പേരെന്താ?"

"ലക്ഷ്മിക്കുട്ടി."

ഇരുപത്തിയൊമ്പത്

അന്വേഷണം പോയത് കാര്യസ്ഥന്മാർ വഴിയായിരുന്നു.

നാരായണൻനായർക്ക് വിശ്വസിക്കാനായില്ല.

“ന്താ, അവിനിപ്പോ വലിയ പണക്കാരനല്ലെ. ഇവ്ടത്തെ സ്ഥിതി അത്ര യ്ക്കൊന്നൂല്ല്യാല്ലോ.”

കാര്യസ്ഥരിൽ ഒരാൾ പറഞ്ഞു.

“അവ്ടെത്രയ്ക്ക് സ്ഥിതീള്ളോണ്ടന്യ ഇവ്ടന്ന് ഒരു ബന്ധം ആയിക്കള യാന്ന് നിരീച്ചത്.”

“അവർക്ക് കുട്ടിയെ ഇഷ്ടാവോ അറിയണ്ടേ?”

“അമ്മുക്കുട്ടിയമ്മ കണ്ടിരിക്കണ്.”

“അങ്ങനച്ചാൽ ഇവിടെ എല്ലാർക്കും സമ്മതാണ് അറിയിച്ചേക്ക്വാ.”

അമ്മ പോയി ഉറപ്പിച്ചു. അഞ്ച് പവന്റെ കാശ്മാലയാണ് മരുമകളുടെ കഴുത്തിലണിയിച്ചത്. പിന്നെ കനകക്കാപ്പുകളും.

“നാരായണ, ഇതൊന്നും പതിവില്ലാന്നറിയാം. പക്ഷേ, നമുക്ക് ഇങ്ങ നെയൊക്കെ തുടങ്ങിക്കളയാം.” ലക്ഷ്മിക്കുട്ടിയുടെ അച്ഛൻ വെറ്റില ത്താമ്പാളം എടുത്തുവെച്ചു.

“പിന്നേയ് സമ്മന്തോം ഒന്നല്ലട്ടോ, ലക്ഷ്മിക്കുട്ടിയേ ഞങ്ങള് കൊണ്ടോകും.”

“ഇനി ഇപ്പോ അമ്മുക്കുട്ടിയമ്മ പറയണതങ്ങട് കേൾക്കന്യാ വഴിള്ളൊ.”

മുപ്പത്

അവിടേം ഇവടേം നിന്നെല്ലാക്കാര്യങ്ങളും ലക്ഷ്മിക്കുട്ടിയുടെ കാതിൽ വീഴുന്നുണ്ടായിരുന്നു. കാര്യസ്ഥന്മാർ വന്നപ്പോൾത്തന്നെ സംഗതി പിടി കിട്ടി. അമ്മയെ അമ്പലത്തിൽവച്ച് കണ്ടിട്ടുണ്ടായിരുന്നല്ലോ. കൂടുതൽ വിവരം തരാൻ കഴിയുക വാല്യക്കാരത്തിക്ക് തന്നെ. അതുകൊണ്ട് അവ ളോട് അന്ന് കുറച്ച് കൂടുതൽ ലോഹ്യം പറഞ്ഞു.

എണ്ണേം വാകപ്പൊടീം പതിവിലേറെ എടുത്തുകൊടുക്കുകയും ചെയ്തു.

പിന്നെ ആരോടെന്നില്ലാതെ അങ്ങ് പറഞ്ഞു.

"ആരാ ഈ കേശവൻ? കേട്ടപാടെ അച്ഛനങ്ങ് വാക്കുകൊടുത്തേർക്കണു."

വാല്യക്കാരി ഒളിഞ്ഞുനോക്കി.

"അല്ലേയ്, എന്നാലും എന്നോടൊരു വാക്കു ചോദിക്കാർന്നില്ലേ?" ഇപ്പോൾ വാല്യക്കാരി ചിരിക്കുന്നു.

"ചിരുതയെന്തിനാ വെറുതെ ചിരിക്കണെ?"

"ചിരിക്കാണ്ട് പിന്നെന്താ ചെയ്യാ? ആളെക്കണ്ടാൽ ആരോടും ചോദി ക്കാണ്ടും പറയാണ്ടും കുട്ടി ഇറങ്ങിപ്പോകൂലോ."

"പിന്നെ, പിന്നെന്താ അയാളൊരു ഗന്ധർവനാ?"

"ആണെന്ന് കൂട്ടിക്കോളൂട്ടൊ. മഹാസുന്ദരനാ വിദ്വാനും. പാണ്ടിപ്പോയി പണമെത്രയാ കൊണ്ടേർന്നക്കണെന്ന് അറിയോ കുട്ടിക്ക്?"

"ചിരുത കണ്ടിട്ടുണ്ടോ?"

"ഉണ്ടോന്നാ - കാവിലെ താലപ്പൊലി എല്ലാക്കൊല്ലോം അങ്ങേര്ടെ വകയല്ലെ. അപ്പോഴൊക്കെ താലം പിടിക്കണ പെണ്ണുങ്ങളുടെ കണ്ണ് അങ്ങേര്ടെ മൊകത്തല്ലേ അശ്രീകരങ്ങള്."

"ശരിയ, അശ്രീകരങ്ങള് തന്ന്യാ-"

ഉറക്കെ പറഞ്ഞില്ല.

ഇനിയും കണ്ടിട്ടില്ലാത്ത ഈ കേശവൻ അറിയാതെ മനസ്സിൽ കയറി യിരിക്കാൻ തുടങ്ങുകയാണോയെന്ന് ലക്ഷ്മിക്കുട്ടിക്ക് സംശയം.

കേശവൻ നാട്ടിലെത്തിയിട്ടുണ്ടെന്നുള്ള വിവരം എത്തിച്ചത് ചിരുത തന്നെയാണ്. "ഇനി കുട്ടി കാത്തിരുന്നോളൂ. ഒരീസം ഗന്ധർവകുമാരനിങ്ങ് വരും."

മുപ്പത്തിയൊന്ന്

ദിവസങ്ങൾ പോയിട്ടും അയാൾ വന്നില്ല. വെറുതെ ഒന്ന് കാണാൻ മോഹം. ആരോട് പറയാൻ?

അന്നൊരു വെള്ളിയാഴ്ചയായിരുന്നു. പുത്തൻചിറയിൽനിന്ന് കാവിൽ തൊഴാൻ വന്നതായിരുന്നു, അച്ഛൻപെങ്ങൾ. വണ്ടിയും വാല്യക്കാരും ഒരുങ്ങിനിന്നപ്പോൾ ലക്ഷ്മിക്കുട്ടിക്കും ഒരാശ. അവിടെവച്ചെങ്ങാനും കേശവനെ കാണാനായാലോ? അച്ഛൻപെങ്ങൾ ഇടപെട്ടാണ് കാവിലേക്ക് കൂട്ടിയത്. കൂട്ടിന് ചിരുതയും, അവളില്ലെങ്കിൽ കേശവനെ തിരിച്ചറിയാനാവില്ലല്ലോ.

നടയിലും മറ്റെല്ലായിടത്തും. കണ്ണുകൾ പരതുകയായിരുന്നു. സുന്ദരനായ ഒരാളെ കണ്ടാൽ ചിരുതയെ തോണ്ടും.

"ശ്ശോ ഇയാളൊരു കോന്തൻ. അങ്ങേരെവിടെക്കിടക്കാണ്?"

അങ്ങുമിങ്ങും നോക്കി കണ്ണുകഴച്ചത് വെറുതെ. അയാൾ മാത്രമില്ലായിരുന്നവിടെ.

ദീപാരാധന കഴിഞ്ഞ് തിരിച്ചുനടക്കുകയാണ്. പിറകിൽ തോണ്ടുന്നു. പ്രത്യാശയോടെ തിരിഞ്ഞു. ചിരുത വിരൽ ചൂണ്ടി.

പടിഞ്ഞാറ് ആകാശച്ചെരുവിൽ തെളിഞ്ഞുചിരിക്കുന്ന പൂർണചന്ദ്രൻ. താഴെ കുളക്കടവിൽ നിന്ന് ഒരാൾ കയറിവരുന്നു. ചന്ദ്രദേവനെപ്പോലെ. കാവിലേക്ക് നടക്കുകയാണയാൾ. വീതികൂടിയ കസവുമുണ്ടും മേൽമുണ്ടും വേഷം. പടത്തലവന്റെ ഉശിര്.

അമ്പിളിയുടെ നിറം അപ്പാടെ ഒപ്പിയെടുത്ത ഉടൽ. കണ്ട് കണ്ണ് ചിമ്മും മുമ്പേ അച്ഛൻപെങ്ങൾ കൈപിടിച്ചു.

"വാ."

അദ്ദേഹം കൽവിളക്കിനടുത്തെത്തിക്കഴിഞ്ഞു. കാത്തിരിപ്പിന് അർത്ഥമുണ്ടെന്നു മനസ്സ് പറഞ്ഞു.

കാത്തിരിക്കാനുള്ള പുരുഷനെ കണ്ടെത്തിയിരിക്കുന്നു.

വിശ്വസിക്കാനാകുന്നില്ല, വിശ്വേട്ടന്റെ അച്ഛനെ അന്ന് മോഹിച്ച ലക്ഷ്മിക്കുട്ടിയാണത്രെ. ഇന്ന് ക്ഷേത്രനടയിൽക്കണ്ട ലക്ഷ്മിക്കുട്ടി ചെറ്യേമ്മ.

65

മുപ്പത്തിരണ്ട്

സംഭവിച്ചത് മറ്റൊന്ന്. പിറന്നാളിനെത്തിയ കേശവൻ അമ്മയെ അനുസരിച്ചില്ല.

"എന്റെ കേശു, നീ ആ ലക്ഷ്മിക്കുട്ടിയെ ഒന്ന് കണ്ടുനോക്ക്."

"കാണേം വേണ്ട, കേൾക്കേം വേണ്ട. എനിക്കിപ്പോൾ കല്യാണമേ വേണ്ട." അമ്മയ്ക്ക് ദേഷ്യം വന്നു.

"ന്നാ എപ്പഴാ നിന്റെ സൗകര്യാന്നാച്ചാ അപ്പോഴാകാം."

"സൗകര്യാവുമ്പോ ഞാനമ്മയോട് പറയാം."

"അതുവരെ പെൺകുട്ടിയെ അവര് നിർത്തോ?"

"എങ്കിൽ വേറെ ആരെങ്കിലും കൊണ്ടുപോകട്ടെ."

"അപ്പോൾ അമ്മേടെ വാക്കിന് ഒരു വിലേം ഇല്ലേ, കേശൂ?"

"വാക്ക് കൊടുക്കുംമുമ്പ് അമ്മയ്ക്ക് എന്നോടൊന്ന് ചോദിക്കാമായിരുന്നില്ലേ?"

"പൊന്നുംകുടംപോലുള്ള പെൺകുട്ട്യേ കണ്ടപ്പം അമ്മ വേറൊന്നും ആലോചിച്ചില്ല."

"എങ്കിൽ ഇനി ഇരുന്ന് ആലോചിച്ചോളൂ."

"കേശൂ, അമ്മ പോയി ഉറപ്പിച്ചെടാ. വളേം കാശുമാലേം ഇടീക്കോം ചെയ്തു. ഇനി എങ്ങനാ അവരുടെ മൊകത്ത് നോക്കാ? പിന്നെ, ആ കുട്ടീടെ ശാപം മതീട്ടോ. പെൺശാപംന്ന് കേശു കേട്ടിട്ടില്ലേ?"

"അങ്ങനാച്ചാ, ഇനി ഇപ്പോ മാധവൻ പുടവ കൊടുക്കട്ടെ!"

മുപ്പത്തിമൂന്ന്

അച്ഛന് സമ്മതമായിരുന്നു. കേശവനല്ലെങ്കിൽ മാധവൻ. എല്ലാം യോഗം പോലെയേ നടക്കൂ.

പുടവ കൊടുത്ത് കൂട്ടിക്കൊണ്ടുപോകാൻ മാധവനും പരിവാരങ്ങളും എത്തിയപ്പോൾ നെഞ്ചിൽ വീണത് ഇടിത്തീയാണ്.

അവസാനംവരെ കേശവൻ തന്നെ വരുമെന്നായിരുന്നു. അങ്ങനെ തന്നെ സംഭവിക്കേണമേയെന്ന് ആയിരംവട്ടം പ്രാർത്ഥിക്കുകയും ചെയ്തു. എന്നിട്ടിപ്പോൾ... കരയാൻ പോലുമാകുന്നില്ല.

വിളക്കും നിറപറയുമായ് അവർ കാത്തുനിൽക്കുന്നു. അമ്മ അരിയും പൂവും എറിഞ്ഞ് സ്വീകരിച്ചു. നടക്കല്ലിൽ കാൽവയ്ക്കാൻ തുടങ്ങുമ്പോൾ ആരോ വിളിച്ചുപറഞ്ഞു.

വലതുകാൽ വച്ച്-

ഇല്ല തെറ്റിക്കഴിഞ്ഞിരിക്കുന്നു.

ഉമ്മറത്ത് കൽത്തൂണിനരികെ പൊൻവിഗ്രഹംപോലെ ഏട്ടൻ നിൽക്കുന്നു.

കുട്ടീ, പുറകോട്ടിറങ്ങി വലതു കാൽവച്ച് തന്നെ കയറിക്കോളൂ.

രണ്ടോ മൂന്നോ അടി പുറകോട്ടു വച്ചു.

ഇദ്ദേഹമാണെന്റെ മനസ്സ് നിറയെ. മറ്റൊരാൾക്ക് ഇനി അങ്ങോട്ട് കയറാനാകില്ല.

എനിക്കാരാധിക്കാനുള്ള എന്റെ ദേവനിതാ.

മനസ്സ് എന്തൊക്കെയാണ് മെനഞ്ഞുകൂട്ടുന്നത്!!

വീണ്ടും തെറ്റിപ്പോയി.

സാരല്യ, കുട്ടിയല്ലേ. ആകെ പകച്ചേക്കണൂ.

നടന്നടുക്കുന്ന ലക്ഷ്മിക്കുട്ടിയെ കണ്ടപ്പോൾ കേശവന്റെ ഉള്ള് പിടഞ്ഞു. തനിക്ക് നേദിച്ച ഈ തേൻകിണ്ണം, താൻ തന്നെ തട്ടിയെറിഞ്ഞിരിക്കുന്നു.

അവളുടെ കണ്ണുകളിൽ ഉണർന്നുറയുന്ന ലാസ്യഭാവങ്ങൾ – പ്രകാശവേഗത്തിൽ പാഞ്ഞടുക്കുന്നു.

ഇല്ല. ഇത് ഏറ്റുനിൽക്കാനാവില്ല.

നാഗപടത്തേയും പച്ചക്കല്ലുകൾ പതിച്ച വൈരമിന്നിയേയും ലജ്ജിപ്പിക്കുന്ന കഴുത്ത്. റൗക്കയിൽ ഒതുങ്ങാൻ മടിക്കുന്ന മുലകൾ. തങ്കനിറം.

"ഏട്ടനാണ്, നമസ്കരിച്ചോളൂ."

ഒടിഞ്ഞും മടങ്ങിയും കിടന്ന ചികുരഭാരം, പുറമാകെ മൂടി കീഴോട്ടൊഴുകിവീണു. നമസ്കരിച്ചു.

ഈശ്വരാ! ഈ പാദങ്ങൾ കെട്ടിപ്പിടിച്ച് കിടക്കാനല്ലേ മോഹിച്ചിരുന്നത്!

ഒരു പിടിച്ചുയർത്തലിനായി കാത്തു, അങ്ങനെയെങ്കിലും അദ്ദേഹത്തിന്റെ സ്പർശനത്തിനായി ദാഹിച്ചുപോകുന്നു.

മനസ്സ് കേണു.

നെഞ്ചിടിച്ചു. എന്നെ ഏറ്റുവാങ്ങൂ, എന്നെ... ഇല്ല – പിറകോട്ട് വലിയുന്ന കാൽപാദങ്ങൾ. ഉള്ളിൽനിന്നും ഉരുകിയെത്തിയ ഒരു തുള്ളി കണ്ണുനീർ റോസാദളങ്ങൾപോലുള്ള കാൽനഖങ്ങളിൽ വീണുടഞ്ഞു.

കുനിഞ്ഞില്ല. അനുഗ്രഹിക്കാൻ പോലുമാകുന്നില്ല. പലരും നോക്കി നിൽക്കുന്നു.

പക്ഷേ, ഒന്നും വയ്യ.

പെട്ടെന്ന് പിന്തിരിഞ്ഞ് കേശവൻ സ്വന്തം മുറിയിൽ കയറി കതകടച്ചു.

മുപ്പത്തിനാല്

മൗനനൊമ്പരത്തിൽ ദിവസങ്ങൾ എരിഞ്ഞുകൊണ്ടിരിക്കെ, ലക്ഷ്മിക്കുട്ടി, കേശവന്റെ മനസ്സറിഞ്ഞു.

നഷ്ടബോധത്തിന്റെ ഇരുളിൽ മുഖം പൂഴ്ത്തിയിരിക്കുന്ന കേശവന്റെ ഇന്ദ്രിയങ്ങളിൽ സ്ത്രീയുടെ ഗന്ധം ഒഴുകിയെത്തി.

നിലാവിൽ ഉറങ്ങാത്ത നിഴലുകളായിരുന്നു അവർ. ഓടിനടക്കുന്ന ഇളം കാറ്റ്, ഉറങ്ങാത്തവരുടെ തപ്തനിശ്വാസങ്ങൾ ഏറ്റെടുത്ത സന്ദേശവാഹകനായി. തണുത്ത രാവിന്റെ നിശ്ശബ്ദയാമങ്ങളിൽ പൊടുന്നനെ തന്ത്രിയിൽ തൊട്ടെടുത്ത പ്രണയരാഗങ്ങൾ, ഇരുളിന്റെ അടിവസ്ത്രങ്ങളിലേക്ക് പടർന്നുകയറുമ്പോൾ ലക്ഷ്മിക്കുട്ടിയുടെ തുടുത്ത ചുണ്ടുകൾ ഇരയിമ്മൻതമ്പിയുടെ പ്രേമഗാനമായി അതേറ്റുപാടി.

ഒരു ചുമരിനപ്പുറം അടുത്ത മുറിയിൽ കിളിവാതിൽ തുറന്നിട്ട് നിലാവിൽ നോക്കിയിരുന്ന് വീണമീട്ടുന്ന ഏട്ടൻ. ഇപ്പുറത്ത് ഏട്ടനെ തഴുകിയെത്തുന്ന ഇളംകാറ്റ് ഏറ്റുവാങ്ങാൻ ജാലകപ്പാളികൾ തുറന്നിട്ട ലക്ഷ്മിക്കുട്ടി.

അവർക്ക് ഒരേ ആകാശം, ഒരേ നിലാവ്, ഒരേ മനസ്സ്.

ഒരുവിരൽ ഞൊടിക്കൽ, കൺകോണാലൊരു ക്ഷണം.

മുന്നിൽ ചെല്ലുമ്പോഴെങ്കിലും മുഖത്തുനോക്കി ഒരു മന്ദസ്മിതം.

അത്ര മതി കേശുവേട്ടാ. നിങ്ങൾ നിങ്ങളെയെന്തിനാണ് വെറുതെ ഭയക്കുന്നത്...

നിന്നെ വന്നു കാണാമായിരുന്നു. എന്നിട്ടെടുത്ത തീരുമാനമായിരുന്നെങ്കിൽ... ഇല്ല ഇനി നഷ്ടബോധത്തിന്റെ തീച്ചൂളയിൽ ഞാൻ എന്നെത്തന്നെ പൊരിക്കട്ടെ.

ഞാനിപ്പോഴും നിങ്ങളുടേതാണ്. നിങ്ങളുടേതു മാത്രം.

അനിയന്റെ ഭാര്യയാണ് നീ.

എന്ന് എനിക്ക് തോന്നിയിട്ടില്ല. അയാൾക്കും. ഏട്ടനെ എതിർക്കാനുള്ള ത്രാണിയില്ലാത്തതുകൊണ്ട് വഴങ്ങി. എന്നെ കൂട്ടിക്കൊണ്ടു വന്നതല്ലേ.

ആണോ?

എന്റെ പൊന്നു കേശുവേട്ടാ, നിങ്ങളൊന്നും അറിയുന്നില്ല. അയാൾക്ക് ഭാർഗവിയുടെ കൂട്ടുവിട്ട് പോരാനാകില്ല. നിങ്ങളറിയാത്ത വേറെ എത്രയോ കാര്യങ്ങളുണ്ട്. വയലിലേയും തൊടികളിലേയും വിളവുകൾ എവിടെപ്പോകുന്നുവെന്ന് കേശുവേട്ടൻ അന്വേഷിച്ചിട്ടുണ്ടോ?

പണിക്കാരിപ്പെണ്ണുങ്ങളുടെ ചിരിയിലും ശൃംഗാരങ്ങളിലും വിയർപ്പിലും വിളവ് നഷ്ടപ്പെടുന്നത് കേശുവേട്ടൻ കാണുന്നില്ലേ,

ഇല്ല നിങ്ങൾ ഒന്നും കാണുകയും കേൾക്കുകയുമില്ല.

സ്നേഹിച്ച പെണ്ണിന്റെ മനസ്സും മനസ്സിലിരിപ്പുപോലും!

കാറ്റ് കൈമാറിയ സന്ദേശങ്ങളിൽ നിലാവ് മങ്ങി നിഴലുകൾ ഇരുട്ടിൽ ഇല്ലാതായി.

ചാരിയിട്ട കതകുകൾ, പിന്നിൽ നിന്ന് പടർന്നുകയറുന്ന പുരുഷ ഗന്ധം. തിരുവുടയാടയുടെ ഞൊറിക്കൂമ്പിലെ വാൽക്കണ്ണാടിയിൽ ഊറുന്ന മദജലം.

ഉച്ചിയിൽ താഴ്ന്നിറങ്ങുന്ന ഉച്ഛ്വാസ ഊഷ്മാവ്.

ബലിഷ്ഠകരങ്ങളിലേക്ക് താനെ തളർന്നു കൊടുക്കുന്ന മെയ്യ്.

പിന്നെ മേനിയിൽ പെയ്തിറങ്ങുന്ന പുളകങ്ങളുടെ പുതുവർഷം. ഹർഷ പ്രകമ്പനക്കടൽ.

മുപ്പത്തിയഞ്ച്

അക്കാലത്തെ ഗ്രാമത്തെക്കുറിച്ച് റോഷ്മയ്ക്ക് വ്യക്തമായ ധാരണയില്ലായിരുന്നു.

അശ്വതിയുടെ കഥനം അവളെ ആശയക്കുഴപ്പത്തിലാക്കുകയാണുണ്ടായത്. പിന്നെ, ചോദിക്കാനുള്ളത് പപ്പയോടാണ്. എന്നാൽ എന്തിന്, ഏതിന് എന്നുള്ള മറുചോദ്യങ്ങൾക്ക് തടയിടണം.

നടക്കുമോയെന്നറിയില്ലായിരുന്നു റോഷ്മയ്ക്ക്. അവൾ ചോദിച്ചു.

"പപ്പാ ഹൗ വാസ് യോർ ചൈൽഡ്ഹുഡ്?"

".... ലൈക് എനി-അദർ ചൈൽഡ് വാസ്..."

"ഹോ, ഈ പപ്പ ഒരു നുണയനാണ്."

"എങ്കിൽ മമ്മിയോട് ചോദിക്ക്."

"മറ്റൊന്നും വേണ്ട. പപ്പയുടെ പഴയ ഗ്രാമം ഒന്ന് ഓർത്തുപറഞ്ഞാൽ മതി."

മുപ്പത്തിയാറ്

വിശ്വനാഥന്റെ വിവരണത്തിലൂടെ പരമ്പരയുടെ മറ്റൊരു ഘട്ടത്തിലേക്ക് റോഷ്മ കടന്നു. കഥാന്തരീക്ഷം അവൾക്ക് സങ്കല്പിക്കാനായി.

ആകാശം വിങ്ങിപ്പൊട്ടി പുലരിയുടെ ചോപ്പ് പടർന്നു. വെളിച്ചം ഇനിയും കൺമിഴിച്ചിട്ടില്ല. വശങ്ങളിൽ ഉങ്ങുമരങ്ങൾ നിരന്നുനിന്ന പാതയിൽ ചുമടു താങ്ങിക്കരികെ വണ്ടിയെത്തി. ചാഞ്ചാടുന്ന വെളിച്ചത്തിന്റെ ഇത്തിരിവെട്ടം. മൂക്കുകയർ വലിഞ്ഞു. മരക്കട്ട ചക്രത്തിൽ ഉരഞ്ഞു. നരച്ച തലയുള്ള ഒരാൾ ഇറങ്ങി. അയാൾ വണ്ടിക്കാരനോടെന്തോ സംസാരിച്ചുകൊണ്ടിരുന്നു.

വണ്ടിയിൽ നിന്നിറങ്ങാനാകാതെ പെൺകുട്ടി കാൽ കീഴോട്ടിട്ടാട്ടി. സ്വർണനിറവും ചോപ്പുകല്ല് മൂക്കുത്തിയുമുള്ള പെൺകുട്ടിയുടെ ചന്ദന നെറ്റിയിൽ അളകങ്ങൾ നൃത്തംവച്ചു. വിസ്മയങ്ങൾ കാണാൻ വെമ്പുന്ന വിടർന്ന കണ്ണുകൾ. വഴങ്ങാത്ത ചേലയ്ക്കും ബ്ലൗസിനും അടിയറവു പറഞ്ഞ ഭാവം. ധൃതിപിടിച്ചെത്തിയ യൗവനം അവൾ അറിഞ്ഞതേയില്ല.

കൊളമ്പുകുട ഊന്നി കൂടെ വന്നയാൾ അവളുടെ അടുത്തെത്തി. ചുമയ്ക്കുകയും കിതയ്ക്കുകയും ചെയ്യുന്നുണ്ട്.

ഇറങ്ങാൻ ആവില്യാ, അല്ലേ?

അവൾ തലയാട്ടി. കുട വണ്ടിയിൽ തിരുകി അവളെ ഇറങ്ങാൻ സഹായിച്ചു. വളകളുടെ സംഗീതത്തോടെ പെൺകുട്ടി ഇരുമ്പുപെട്ടി വലിച്ചെടുത്ത് താഴെവച്ചു. പിന്നെ ഊർന്നിറങ്ങിയ സാരി വാരിവലിച്ച് ചുമലിൽ ഒതുക്കി. ഇനിയെന്തെന്നറിയാതെ വിരലുകളൊടിച്ച് ശബ്ദമുണ്ടാക്കി.

കൂടെയുള്ളയാൾ, കുട വണ്ടിയിൽനിന്ന് തിരിച്ചെടുത്ത് ഉറക്കെയൊന്ന് മൂളി. കട്ട തട്ടിമുട്ടി, കുടമണികൾ കിലുക്കി ചാഞ്ചാടുന്ന ഇത്തിരിവെട്ടം അകന്നുതുടങ്ങി.

കുടയൂന്നി, അയാൾ വരമ്പിലേക്കിറങ്ങി. പെട്ടിയുംതൂക്കി അവൾ പുറകെ. വരമ്പു തൊട്ടുനിൽക്കുന്ന ആൽത്തറ. ആൽത്തറയ്ക്കൽ നിന്നു തുടങ്ങി തേവരുടെ നടയ്ക്കൽ നമസ്കരിക്കുന്ന കൽപ്പടവുകൾ.

72

അരവി

കുന്നിൻമേലുള്ള ക്ഷേത്രനട തുറന്നിരിക്കുന്നു. ഉള്ളിൽ ഉരുകിത്തെളിയുന്ന നെയ്ത്തിരിനക്ഷത്രം. അവളതൊന്നും ശ്രദ്ധിച്ചില്ല. വേഗം അങ്ങെത്തിയാൽ മതിയായിരുന്നു. ഭാരമുള്ള ഈ പെട്ടി എവിടെയെങ്കിലും വയ്ക്കണം. പിന്നെ മൂടിപ്പുതച്ച് മതിയാവോളം കിടന്നുറങ്ങണം. എങ്ങോട്ടാണ് പോകുന്നത്. ആരൊക്കെയുണ്ടിവിടെ? അതൊന്നും അവൾക്കറിയില്ല.

ആൽത്തറയ്ക്കരികെയെത്തി.

കുട്ടി ഇരുന്നോളൂ.

അവൾ പെട്ടി തറയിൽവച്ചു. ചേലത്തുമ്പ് വലിച്ചു പുതച്ചു.

വെളുക്കട്ടെ എന്നിട്ട് പോകാം. അല്ലേ?

അവൾ കേട്ടു. മറുപടി പറഞ്ഞില്ല.

ഈ മനുഷ്യൻ തന്റെ പുരുഷനാണ്.

ഡബ്ൾ ഫ്ളാപ്പുള്ള മുഴുക്കൈ കുപ്പായം. അതിന് മുമ്പു കണ്ടിട്ടില്ലാത്ത കല്ലിംഗ്.

സ്വർണമാലയിൽ കുരുക്കിയിട്ട കല്ലുപതിച്ച കുപ്പായക്കുടുക്കുകൾ. പറ്റെ വെട്ടിയ തലമുടിയിൽ പടർന്നു കയറിയ നര. കാതിൽ കടുക്കൻ. ഇളംകാറ്റിലാടുന്ന രണ്ടാംമുണ്ടിന്റെ തലപ്പുകൊണ്ട് വായ് അമർത്തി ചുമ ഒതുക്കാൻ ശ്രമിക്കുന്നു. ഈ മനുഷ്യനോടൊത്താണ് ഇനി ജീവിതം. ഇങ്ങനെയൊന്ന് ആഗ്രഹിച്ചിരുന്നില്ല. പക്ഷേ അച്ഛൻ പറഞ്ഞു.

"മോളേ, ഇഷ്ടോണ്ടായിട്ടല്ല, വേറെ വഴിയില്യാണ്ടാട്ടോ. ആൾ ഏറെ സമ്പാദിച്ചിട്ടുണ്ടെന്നാ കേൾവി. മോള് കഷ്ടപ്പെടില്ല."

അദ്ദേഹം പറഞ്ഞതിന്റെ പൊരുൾ ഇത്രമാത്രം... പ്രായംകൂടിയ ഇയാളോടൊപ്പം പോകുക. അയാളുടെ വീട്ടിൽ താമസിക്കുക. ചെലവ് കഴിഞ്ഞു പോകും. അതൊക്കെ അസുഖകരമായിത്തോന്നിയപ്പോൾ, വേറെ ചിലത് ഓർക്കാൻ ശ്രമിച്ചു. ഇരുമ്പുപെട്ടിയിലെ പളുപളാ തിളങ്ങുന്ന പട്ടുചേലകൾ, സ്വർണച്ചുട്ടിയും കരയുമുള്ള ബ്ലൗസുകൾ, ചാന്ത്, കണ്മഷി, മുഖത്ത് പൂശുന്ന വാസനപ്പൊടി, തടിച്ച കുപ്പികളിലെ ചന്ദനതൈലം.

വെള്ള കീറി.

വിചാരങ്ങളിൽ നിന്നവൾ ഉണർന്നു. നേർത്തവെളിച്ചം പരന്നിരിക്കുന്നു.

രണ്ട് നിഴലുകൾ.

"നമുക്ക് നടക്കാം."

ഓരങ്ങളിൽ കറുകകൾ തലനീട്ടിനിൽക്കുന്ന വരമ്പിലേക്ക് അയാൾ ഇറങ്ങി. പെട്ടി തൂക്കി അവളും. മുമ്പേ നടക്കുന്ന ആളിന്റെ മനസ്സിൽ തീയാണ്. വീട് പൂട്ടിക്കിടക്കുകയാണോ? മാധവന്റെ ശിങ്കിടികൾ

കയ്യേറിയോ? ഇങ്ങനെയൊരു തിരിച്ചുവരവ് ആഗ്രഹിച്ചതല്ല. ഏതോ നിയോഗമായിരിക്കാം. കൂട്ടിന് എട്ടുംപൊട്ടും തിരിയാത്ത ഈ പെൺ കുട്ടിയും. അയാൾ തിരിഞ്ഞുനോക്കി. അവൾ വളരെ പിറകിലാണ്. പെട്ടി യുടെ ഭാരം അവൾക്ക് വഹിക്കാവുന്നതിലേറെ. ഇടയ്ക്കിടയ്ക്ക് താഴെ വച്ചും കൈകൾ മാറ്റിപ്പിടിച്ചുമാണ് നടക്കുന്നത്. അടുത്തെത്തിയപ്പോൾ ചോദിച്ചു.

“എന്തേ വയ്യ്യേ?”

“സാരല്യാ.”

അവളുടെ കൈ പിടിച്ചുനോക്കി പെട്ടിയുടെ തൂക്ക് അമർന്ന് വിലങ്ങനെ ചോരപ്പാട്. ചത്ത ചോപ്പൻ പഴുതാരപോലെ.

“പെട്ടി ഞാനെടുക്കാം.” അയാൾ കുട അവൾക്ക് നീട്ടി.

വളഞ്ഞ ചൂരൽപ്പിടിയിലുള്ള കാൽക്കുട. അത് അവൾക്ക് വഴങ്ങുന്ന തല്ല. എന്നാലും സന്തോഷം.

കുട പിടിക്കുന്നത് ഒരന്തസ്സല്ലേ. അയാൾ പെട്ടിയും തൂക്കി നടന്നു. കിതപ്പോടെ.

തോട്ടുവരമ്പ് കഴിഞ്ഞ് കുറുകെയുള്ള തൊടിയുടെ മുന്നിൽ അയാൾ അല്പം നിന്നു. പിന്നെ വഴിമാറി നടക്കാൻ തുടങ്ങി. അയാളുടെ പിന്നീടുള്ള നടത്തം ശക്തമായിരുന്നു. വഴികളും ഇടവഴികളും കടന്നുകയറി നിറയെ തെങ്ങും കവുങ്ങുമുള്ള വലിയൊരു പറമ്പിന്റെ പടിക്കൽ അവരെത്തി.

അയാൾ പടിയുടെ മുളയഴികൾ ഊരി അകത്തുകടന്നു. അവൾ കുട കക്ഷത്തിൽ ഇറുക്കി. മുളംകണകൾ തിരികെ കഴകളിൽ തിരുകി.

നടന്നുചെന്നത് വിശാലമായ മുറ്റത്തേക്കായിരുന്നു. അയാൾക്ക് സംശയം, ഇതുതന്നെയാണോ പരമേശ്വരന്റെ വീട്? പണ്ട് ഇവിടെ ഓല പ്പുരയായിരുന്നു. ഇത് ഓട് മേഞ്ഞിരിക്കുന്നു. ചുമരിന് വെള്ള തേച്ചിട്ടുണ്ട്. സ്ഥിരം ചുമ ഉറക്കെ ആക്കിയശേഷം ചോദിച്ചു.

“പരമേശ്വരൻ നായര്ല്ല്യേ ഇവ്ടെ?”

ചോദ്യം രണ്ടുമൂന്ന് വട്ടം ആവർത്തിച്ചു. പെട്ടെന്ന് മുൻവാതിൽ തുറന്ന് ഒരു സ്ത്രീ വന്നു. ഉറക്കച്ചടവ്, ഉലഞ്ഞ വേഷം.

“ആരാ-ഹാരാ?” ഇറയത്ത് നിന്നതേയുള്ളൂ.

“ഭാർഗവിയല്ലേ?” അവർക്കമ്പരപ്പ്.

ബ്ലൗസിന്റെ ബന്ധനത്തിൽനിന്നും ഊർന്നിറങ്ങിയ മുലകൾ വിരലു കൾ കൊണ്ട് തള്ളി അകത്താക്കി ഭാർഗവി ഇറങ്ങിവന്നു.

“അല്ലാ ഇതാരാന്റീശ്വരാ!”

ഭാർഗവിക്ക് കാര്യമായ ഉലച്ചിൽ പറ്റിയിട്ടില്ലെന്ന് തമാശയോടെ ഓർത്തു പോയി. അക്കാലത്ത് വെറുതെയല്ലല്ലോ മാധവൻ ഇവളുടെ വലയിൽനിന്ന് പുറത്തുവരാതിരുന്നത്!!

"പരമേശ്വരൻ-ണ്ടോ ഇവടെ?"

"ഇപ്പം വിളിക്കാം."

"അതേയ് ആരാ വന്നേർക്കണ്ന്ന് നോക്കണുണ്ടോ?"

ചോദ്യം തുറന്നിട്ട വാതിലിന് നേരെയായിരുന്നു. പരമേശ്വരൻ ഇറങ്ങി വന്നു. മുന്നിൽ നിൽക്കുന്നവരെ കണ്ടപ്പോൾ എന്തോ വിശ്വാസം വരാത്ത പോലെ.

"കേശുവേട്ടാ?"

"മടങ്ങിവരണന്ന് നിരീച്ചതല്ല. എന്താ ചെയ്കാ."

"ഇതാരാ കൂടെ." അയാൾ പെൺകുട്ടിയെ ആർത്തിയോടെ നോക്കി.

"പറയാം. ഇപ്പോ പരമേശ്വരൻ ഒരു ഉപകാരം ചെയ്യണം."

വർത്തമാനൊക്കെ പിന്നെയാവാം കേറിയിരിക്യാ ആദ്യം."

ഭാർഗവി പെൺകുട്ടിയേയും കൂട്ടി അകത്തുപോയി. തിരിച്ചുവന്നത് ഒരു മെത്തപ്പായും മുറുക്കാൻ ചെല്ലവുമായിട്ടാണ്. പായ വിരിച്ച് കേശവനും പരമേശ്വരനും ഇരുന്നു. എവിടെനിന്ന് തുടങ്ങണെന്ന് അറിയില്ലായിരുന്നു.

"പരമേശ്വരാ, ഞാൻ വന്നോണ്ട് നിങ്ങൾക്ക് ബുദ്ധിമുട്ടായോ?"

"അയ്യോ, അങ്ങനൊന്നും പറയാതെ കേശ്വേട്ടാ."

"എന്നാ എന്നെ സഹായിക്കണം. തറവാടിന്റെ താക്കോൽ വാങ്ങി ത്തരണം."

"വേറെന്തെങ്കിലും?"

ദൂത് പോകാനുള്ള ഭാവത്തിലായി പരമേശ്വരൻ.

"ഒന്നൂല്യ. മടങ്ങിപ്പോകാൻ ആഗ്രഹിക്കുന്നില്ലെന്നുകൂടി പറഞ്ഞേക്ക്."

"കൂടെയുള്ളത്?"

"മാതു. പുടവ കൊടുത്തു. പുത്തൂർ ശങ്കരപ്പണിക്കരുടെ മോളാ."

"ഓ" പരമേശ്വരൻ എപ്പോഴോ ഇറങ്ങിപ്പോയി. കേശവൻ മെത്തപ്പാ യിൽ തളർന്നുറങ്ങി. ഉണർന്നപ്പോൾ ഉച്ചയായിട്ടുണ്ടാകും. ഭാർഗവി വന്നു പറഞ്ഞു.

"കുളിക്കാം. വെള്ളം ചൂടായിട്ടുണ്ട്. ഉമിക്കരിയും പച്ചീർക്കിലിയും അപ്പുറത്ത് വച്ചിട്ടുണ്ട്."

അവൾ തോർത്ത് നീട്ടി. ചോദിക്കണമെന്നുണ്ടായിരുന്നു. കുട്ടിയെവിടെ യെന്ന്. പക്ഷേ ആയില്ല. കുളിച്ച് ഭാർഗവി കൊണ്ടുവച്ച മൽമൽ മുണ്ടുടുത്തു.

തൂശനിലയിൽ വിളമ്പിയ ചോറു കണ്ടപ്പോൾ എന്തോ അമ്മയെ ഓർത്തുപോയി.

പഴയ പിറന്നാളൂട്ടിന്റെ ഓർമ.

വീണ്ടും കിടന്നു.

ഉച്ചമയക്കം കഴിഞ്ഞ് കൺ തുറന്നപ്പോൾ പരമേശ്വരൻ മുന്നിൽ; കൂടെ ചില പണിക്കാരും. അയാൾ താക്കോൽക്കൂട്ടം നീട്ടി.

"മാധവനെ മെരുക്കാൻ എത്ര പണിപ്പെട്ടെന്നോ-ഇല്യേ?"

പറഞ്ഞു തീർക്കുമ്പോൾ ചോദ്യഭാവത്തിൽ നോക്കിയത് പണിക്കാരുടെ മുഖത്തേക്കായിരുന്നു.

"അതെ അതേ!!"

അവർ കൂട്ടത്തോടെ തലയാട്ടി. പിന്നെ പരമേശ്വരൻ താക്കോൽ അവർക്ക് നേരെ എറിഞ്ഞു.

ഞങ്ങൾ പുറകെ വന്നോളാം. നിങ്ങള് പോയൊക്കെ ഒന്ന് വെടിപ്പാക്കിൻ.

അപ്പോഴൊക്കെയും അകത്ത് ഇതൊന്നും കേൾക്കാതെയും കാണാതെയും ഭാർഗവിയും പെൺകുട്ടിയും തമാശ പറഞ്ഞ് ചിരിക്കുകയായിരുന്നു.

മുപ്പത്തിയേഴ്

ശിഥിലസ്മൃതികളുടെ കണ്ണാടിത്തുണ്ടുകൾ ചേർത്ത് വയ്ക്കുമ്പോഴൊക്കെ ഓരോന്നിലും പക്ഷേ, വെവ്വേറെ ചിത്രങ്ങളായിരുന്നു.

വിരിഞ്ഞ മാറാണെങ്കിലും പ്രായത്തിന്റെ ഞൊറികളും. രോഗം തെളിക്കുന്ന വാരിയെല്ലുകളുമുള്ള അച്ഛന്റെ മുഖത്തെ ദൈന്യവും നിരാലംബതയും മറക്കാനേ ആകുന്നില്ല. ആ ചുമ ഇന്നും ഒരു പാഴാർപ്പാണ്. നീണ്ട ചുമയ്ക്കുശേഷം ഈശ്വരനേയും അമ്മയേയും വിളിച്ച് കേഴുന്ന അച്ഛൻ.

വല്ലപ്പോഴും കയറിവരുന്ന രണ്ടേ രണ്ടുപേരേയുള്ളൂ.

പരമേശ്വരൻനായരും തെങ്ങുകയറ്റക്കാരൻ ചാത്തുണ്ണിയും. ചാത്തു വെട്ടിയിറക്കുന്ന തേങ്ങ വിറ്റ് കാശാക്കുന്നത് മറ്റാരുമായിരുന്നില്ല. നായരോട് അച്ഛൻ അതിന്റെ കണക്കൊന്നും ചോദിച്ചിരുന്നില്ലെന്നാണ് അറിവ്.

എന്തെങ്കിലുമൊക്കെ ചോദിച്ച്, സഹായത്തിനുള്ള ഒരേയൊരാളെ എന്തിന് മുഷിപ്പിക്കണം.

മരുന്നുകളും. എണ്ണയും കുഴമ്പുമൊക്കെ വാങ്ങിവരുന്ന കൂട്ടത്തിൽ മധുരനാരങ്ങയുമുണ്ടായിരുന്നിട്ടുണ്ട്. വീട്ടുചെലവിനുള്ള അരിസാമാനങ്ങളും. ചാത്തുണ്ണിയെക്കൂട്ടി വാങ്ങിവന്നിരുന്നതും പരമേശ്വരൻ നായർ തന്നെയാണ്.

അഞ്ചോ ആറോ ആണ് അന്ന് വിശ്വന്റെ വയസ്സ്, വിസ്മൃതികളിൽ കലങ്ങിപ്പോകാത്ത അക്കാലത്തെ ഒത്തിരി ചിത്രങ്ങളുണ്ട്, മനസ്സുനിറയെ.

മുപ്പത്തിയെട്ട്

ഉണർന്നപ്പോൾ മഴ തിമിർക്കുകയാണ്. ആകാശം മറയ്ക്കുന്ന മഴമേഘങ്ങൾ. ഊക്കിൽ ആഞ്ഞടിക്കുന്ന വടക്കൻകാറ്റിൽ മരത്തലപ്പുകൾ മഴയിൽ ഉറഞ്ഞാടിക്കൊണ്ടിരുന്നു.

ഇടയ്ക്കിടയ്ക്ക് മേഘങ്ങൾ പൊട്ടിപ്പൊളിച്ച് മിന്നൽപ്പിണരുകൾ ചുവരിൽ വെട്ടിമറിഞ്ഞു.

വള്ളിട്രൗസറിട്ട വിശ്വം ഒരു മൽമൽമുണ്ട് മൂടിപ്പുതച്ചിരുന്നു.

ഇടിവെട്ടുമ്പോൾ അമ്മയുടെ അടുത്ത് പോകാമായിരുന്നു. പക്ഷേ അമ്മയ്ക്ക് വിശ്വനോടത്രയും അടുപ്പമില്ലായിരുന്നുവെന്നാണ് തോന്നുന്നത്.

അച്ഛനാണെങ്കിൽ കുഴപ്പമില്ല. ചരിഞ്ഞുനോക്കിയപ്പോൾ തെക്കേമുറിയിൽ കട്ടിലിൽ അച്ഛൻ മൂടിപ്പുതച്ചു കിടക്കുന്നു. ഒന്നുകിൽ, പതിവ് വഴക്കിടൽ കഴിഞ്ഞ് പിണങ്ങിയിരിക്കും. അങ്ങനെയാണെങ്കിൽ അങ്ങോട്ടു പോകാനോ വർത്തമാനം പറയാനോ വയ്യ. എന്തെങ്കിലും ചോദിച്ചാൽ മറുപടി ചുമയായിരിക്കും.

ചുമച്ച് ചുമച്ച് കണ്ണുകളിൽ ചോപ്പ് നിറയുമ്പോൾ അച്ഛൻ ഏങ്ങിയേങ്ങി പറയും.

"മോനേ അച്ഛന് വയ്യാലോ."

പിന്നെ വാത്സല്യപൂർവമായ തലോടൽ. ചുമയുടെ ഊക്ക് സ്നേഹസ്പർശം പകരുന്ന വിരൽത്തുമ്പിലൂടെ ശിരസ്സിൽ അമരുന്നത് ഇപ്പോഴും ദുഃഖത്തോടെ ഓർത്തുപോകാറുണ്ട് വിശ്വൻ.

എപ്പോഴോ മഴ ഒഴിഞ്ഞുപോയി. ഇരുണ്ടമേഘങ്ങൾ ഇല്ലാതായി. വടക്കൻകാറ്റ് കൊണ്ടുപോയതാകണം. പിന്നെയുള്ളത് ഇറത്തുമ്പിൽ ഞാന്നു കിടക്കുന്ന മഴനാരുകൾ മാത്രം. മരച്ചില്ലകൾ, ഒളിഞ്ഞെത്തിയ ഇളംവെയിലിൽ തലയാട്ടി ഈർപ്പം തോർത്തിയെടുക്കാൻ തുടങ്ങിയിരിക്കുന്നു.

അരവി

മുറ്റത്ത് തളംകെട്ടിനിൽക്കുന്ന വെള്ളത്തിൽ കടലാസ് വഞ്ചിയിറക്കാൻ പറ്റിയ സമയം. പക്ഷേ വഞ്ചിയുണ്ടാക്കാൻ അച്ഛനു മാത്രമേ അറിയൂ.

മെല്ലെ പുതപ്പ് പൊക്കിനോക്കി. അച്ഛൻ കരയുകയാണ്. ഒലിച്ചിറങ്ങിയ കണ്ണുനീരിൽ തലയണ നനഞ്ഞിരിക്കുന്നു.

അക്കഥ, വിശ്വനിൽനിന്ന് അശ്വതി കേട്ടപ്പോൾ കുറെ ചിത്രങ്ങൾ മനസ്സിൽ തെളിഞ്ഞിരുന്നു.

പാണ്ടിയിൽപോയി പണം വാരിവന്ന ആ കേശവൻ തന്നെയോ കരയുന്ന ഈ അച്ഛൻ!

ലക്ഷ്മിക്കുട്ടിയുടെ സ്വപ്നനായകനായിരുന്ന കേശുവേട്ടൻ!! നാട്ടിലെ പ്രമാണികളിൽ പ്രമാണിയായി മാറിയ ആൾ?

കുംഭത്തിലെ തിരുവോണനാളിൽ തൂശനിലയ്ക്ക് പിന്നിൽ പിറന്നാളൂട്ടാൻ ഇരുന്നുകൊടുക്കുന്ന അമ്മയുടെ കേശുവോ ഈ കരയുന്ന മനുഷ്യൻ!

വിളികേൾക്കുന്നതിനു പകരം അച്ഛൻ പ്രിയപ്പെട്ട കീർത്തനം ആലപിക്കാൻ തുടങ്ങി. പാടിത്തീരുംമുമ്പേ അച്ഛൻ കിതയ്ക്കുകയും വിയർക്കുകയും ചെയ്തു.

പിന്നെ, 'രാമാ ശ്രീരാമാ' ഹൈപ്പിച്ചിലെത്തുംമുമ്പേ ശ്വാസം തടഞ്ഞു. ചുമച്ചും നെഞ്ചിലടിച്ചും കരഞ്ഞു.

മുപ്പത്തിയൊമ്പത്

പുറത്തുനിന്ന് വിളിക്കുന്നത് പരമേശ്വരൻ നായരാണ്.

"കേശുവേട്ടൻ എന്നോട് വരാൻ പറഞ്ഞയച്ചിരുന്നു. ഇല്ലേ?"

"ഉവ്വ്, ചാത്തുണ്ണിയോട്."

വീണ്ടും താളഭംഗത്തിൽക്കൊട്ടുന്ന ഉടുക്കിന്റെ ശബ്ദത്തിൽ ചുമ.

"സ്കൂള് തൊറക്കാറായീന്ന് കേട്ടു. മോനെ ചേർക്കണം."

"ഓ."

"ഇപ്പോൾ വിളിപ്പിച്ചത്, ഇവന് കുപ്പായം, നിക്കറും തയ്പിക്കണ കാര്യം പറയാനാ."

"ആട്ടെ."

"തുന്നക്കാരൻ ലോനപ്പന്റെ അടുത്തേക്ക് പോകാനാകുമോ പരമേശ്വരന്?"

"ഓ പിന്നെന്താ?"

"ഇനി മഴപെയ്യോ, ആവോ!"

"വെഷമിക്കണ്ട. ഞാനല്ലേ കൊണ്ടോണത്."

"എനിക്ക് വയ്യാഞ്ഞിട്ടാ. അല്ലെങ്കിൽ പരമേശ്വരനെ ബുദ്ധിമുട്ടിക്കില്ലായിരുന്നു."

നായർക്ക് ഒന്നും പറയാനില്ലെന്ന് തോന്നി.

"മോനെ, അമ്മോട് കുപ്പായം മേടിച്ചിട്."

അമ്മ അവിടെത്തന്നെയുണ്ടായിരുന്നു.

അയയിൽ നിന്ന് കുപ്പായമെടുത്ത് കുടഞ്ഞ് വള്ളിട്രൗസറിന് മേലെ ഇടുവിച്ചു.

തലയണക്കീഴിൽ നിന്ന് പണമെടുത്ത അച്ഛനോട് പരമേശ്വരൻ പറഞ്ഞു.

"ഇപ്പോ വേണ്ട, അതൊക്കെ പിന്നെ വാങ്ങിച്ചോളാം."

ഇറങ്ങിപ്പോരുമ്പോൾ, അയാൾ കണ്ണിറുക്കി അമ്മയെ നോക്കി ചിരിച്ചത് വിശ്വന് ഇഷ്ടായില്ല എന്തോ!!

നായരോടൊപ്പം കവലയിലേക്ക് നടക്കുമ്പോൾ, കരച്ചിൽ വരുന്നുണ്ടായിരുന്നു.

ആദ്യമായിട്ടാണ് മറ്റൊരാളുടെ കൂടെ വെളിയിൽ പോകുന്നത്.

മുമ്പൊക്കെ കൂടെ വന്നിരുന്നത് അച്ഛനാണ്.

ചളി നിറഞ്ഞ വരമ്പിലൂടെ വണ്ടിയാട്ടി ഓടുന്ന മകനോട് അച്ഛൻ പറയും.

"വിശൂട്ടാ, വീഴും നീ വീഴും."

ഒടുവിൽ പോയപ്പോൾ, കൊയ്ത്തൊഴിഞ്ഞ വയലിൽ കാലികൾ മേയുന്നുണ്ടായിരുന്നു.

തെളിഞ്ഞ ആകാശത്തിന് താഴെ വട്ടമിട്ടു പറക്കുന്ന കൃഷ്ണപ്പരുന്തുകൾ.

അകലെ ചെമ്മൺപാതയിലൂടെ പൊടിപറത്തിപാഞ്ഞ ചോപ്പൻ ബസ്. ആ പൊടിയിലൂടെ കൈകൾവീശി നടക്കാൻ എന്തു മോഹമായിരുന്നു...

റോഡിന്റെ ഇരുവശത്തും നിരന്നുനിൽക്കുന്ന ഉങ്ങ്മരങ്ങളിൽനിന്ന് വീണുകിടക്കുന്ന കായ്കൾ പെറുക്കി, നിക്കറിന്റെ കീശയിൽ ഒളിപ്പിച്ചിരുന്നു. ഇതൊന്നും ഇപ്പോൾ പറ്റില്ല.

വരമ്പിലേക്കിറങ്ങിയപ്പോഴാണ്, ശരിക്കും പേടിച്ചത്.

ഇരുവശമുള്ള വയലുകൾ നിറഞ്ഞ് കവിഞ്ഞിരിക്കുന്നു.

അതിൽ ആകാശം അങ്ങനെതന്നെ വീണുകിടന്ന് ആഴംകൂട്ടുന്നു.

അകലെ ചെമ്മൺപാതയ്ക്കപ്പുറം നീണ്ടുകിടക്കുന്ന നിറഞ്ഞ വയലുകളിൽ തൊട്ടുകിടക്കുന്ന ചിറ തിളങ്ങുന്നു. പെയ്തിറങ്ങുന്ന വെള്ളമെല്ലാം ചെന്നടിയുന്നത്, ആ ചിറയിലാണത്രേ.

അതിനടുത്തെവിടെയോയാണല്ലോ സ്കൂൾ. അതാലോചിച്ചപ്പോൾ ഭയം കൂടി.

മടങ്ങിച്ചെന്നാൽ അച്ഛനോട് പറയണം.

"മോന് സ്കൂളിൽ പോണ്ടാട്ടോ, അച്ഛാ-"

നാല്പത്

വലിയ ചെന്നായയും ചെറിയ ആൺകുട്ടിയുമാണ്, കുട്ടികളുടെ മനസ്സിൽ, കളിച്ച് രസിച്ച് ആട്ടിൻകുട്ടി ചെന്നുപെട്ടത് ചെന്നായുടെ മുന്നിൽ.

അപ്പോഴാണ് പരമേശ്വരൻ വാതുക്കൽ വന്നുനിന്നത്.

ആട്ടിൻകുട്ടിയെ അനാഥമാക്കി കുഞ്ഞൻമാഷ് അങ്ങോട്ടുചെന്നു.

തിരിച്ചുവന്ന് വിശ്വന്റെ പുറത്തും തലയിലും തടവിയിട്ട് മാഷ് പറഞ്ഞു.

കുട്ടി പരമേശ്വരൻനായരുടെ കൂടെ പൊയ്ക്കോളൂ. വീട്ടിൽ പോകുന്നത് ഇഷ്ടമാണെങ്കിലും ആട്ടിൻകുട്ടിക്ക് എന്തുപറ്റിയെന്ന് അറിയണമെന്നുണ്ടായിരുന്നു.

ജീവിതമെന്ന ചെന്നായയുടെ മുന്നിലെ ആട്ടിൻകുട്ടിയാണ് താനെന്ന് മനസ്സിലാക്കാനുള്ള പ്രായമായിരുന്നില്ലല്ലോ അപ്പോൾ വിശ്വന്റേത്.

ജനക്കൂട്ടം ആകെ പേടിച്ചുപോയി. ഒതുക്കുകല്ലിനടുത്തെത്തുമ്പോഴേക്കും ഒരാൾ വന്നെടുത്തു. പരമേശ്വരൻ പറഞ്ഞു, "കുട്ട്യേ, ഇത് ചെറിയച്ഛൻ-" അങ്ങനെ ഒരാളെക്കുറിച്ച് മുമ്പ് കേട്ടിട്ടേയില്ല. ജനങ്ങൾ കൂടിനിൽക്കുന്ന മുറ്റം കടന്ന് ഉമ്മറത്തെത്തുമ്പോഴേക്കും അച്ഛന്റെ മുഖം കണ്ടു.

പതിവില്ലാതെ വെറും നിലത്ത് അച്ഛൻ കിടക്കുന്നു. കഴുത്ത് വരെ മൂടി പ്പുതച്ചിട്ടുണ്ട്.

ആരാണ് തലയ്ക്കൽ വിളക്ക് കത്തിച്ചുവച്ചിരിക്കുന്നത്?

"അച്ഛാ, അച്ഛാ."

അച്ഛൻ അനങ്ങിയതേയില്ല. കണ്ണു തുറന്നതേയില്ല. കൺകോണിൽ നിന്ന് കീഴോട്ട് ഒഴുകിയുണങ്ങിയ കണ്ണീർപ്പാടുണ്ട്. കുറച്ചകലെ, അമ്മ മുഖംകുനിച്ചിരിക്കുന്നു.

പൂരം നടക്കുന്നതിന്റെ തിരക്ക് പോലെയാണിവിടെ.

മയിൽപ്പാലിമാവിന്റെ വലിയ കൊമ്പുകൾ വെട്ടിയിടുന്നു. കൂട്ടം കൂടിയിരുന്ന് ചിലർ വെറ്റില മുറുക്കുന്നു. പലരും അങ്ങോട്ടുമിങ്ങോട്ടും നടക്കുന്നു. ഒതുക്കിപ്പിടിച്ച് സംസാരിക്കുന്നു...

ഇത്രയൊക്കെയായിട്ടും അച്ഛൻ ഉണർന്നില്ല. മറ്റൊരാൾ വന്ന് വിശ്വനെ പൊക്കിയെടുത്തു.

പരമേശ്വരൻ നായരുടെ ആശ്വസിപ്പിക്കൽ.

മോനെ, ഇത് നിന്റെ അപ്പേട്ടനല്ലേ - അപ്പേട്ടൻ.

വളപ്പിൽ ചിതയൊരുക്കി.

ആരെല്ലാമോ അച്ഛനെ ചിതയിൽ കൊണ്ടുകിടത്തി. പിന്നെ ദേഹത്ത് വിറകുകൾ അടുക്കാൻ തുടങ്ങിയപ്പോൾ വിശ്വന് സഹിക്കാനായില്ല.

ആരോട് പറയാൻ? എല്ലാവരും പുതിയ ആളുകൾ. ചാത്തുണ്ണിയും പരമേശ്വരൻ നായരും എവിടെയെങ്കിലും ഒളിച്ചിരിക്കുകയാകാം. അവർക്കും പേടിയുണ്ടാകും.

പിന്നെ കത്തിച്ച ചുടുകറ്റ കൈയിൽ പിടിച്ച് മറ്റാരോ ചിതയിലേക്കു നീട്ടിയപ്പോൾ വിശ്വൻ കൈ പുറകോട്ട് വലിച്ചു. അവന്റെ കൈക്ക് ഇത്രയേ ശക്തിയുള്ളൂ. തീ ചിതയെ തൊട്ടുകഴിഞ്ഞു.

അച്ഛാ, എണീക്ക്ച്ഛാ, യ്യോ എന്റെ അച്ഛനിപ്പോ പൊള്ളൂലോ.

അപ്പോഴും വന്നെടുത്ത് വടക്കോട്ടിറങ്ങിയത് അപ്പേട്ടനാണ്. ആളിക്കത്തുന്ന തീ കാണാതിരിക്കാനാകണം!

നാല്പത്തിയൊന്ന്

പുതിയ അതിഥികളുടേയും ബന്ധുക്കളുടേയും ബഹളത്തിൽ നിന്ന് ഒഴിഞ്ഞുനിന്ന് വിശ്വൻ കരഞ്ഞിരുന്നു.

അച്ഛാ, എനിക്കാരും വേണ്ട, വേറൊന്നും വേണ്ട, എനിക്കച്ഛൻ മാത്രം മതിയാർന്നു...

അച്ഛന്റെ ചുമപോലും എനിക്കിപ്പോൾ പാഴാർപ്പായിരിക്കുന്നു.

ആ ദിനങ്ങളിൽ ഇടയ്ക്കിടയ്ക്ക് വന്നുപോയിരുന്നവരിൽ ഒരാളെ വിശ്വന് മറക്കാനായിട്ടില്ല. ഇന്നും. വാത്സല്യത്തിന് പര്യായമെഴുതേണ്ടി വരുമെങ്കിൽ അന്നും ഇന്നും അമ്മ എന്നതിനുപകരം ചെറ്യേമ്മ-ലക്ഷ്മിക്കുട്ടി ചെറ്യേമ്മയെന്നേ എഴുതുകയുള്ളൂ!

വിരൽത്തുമ്പിലെ തണുപ്പും വിയർപ്പിൽ അലിഞ്ഞ തൈലസുഗന്ധവുമാണ് ചെറ്യേമ്മയെ ഓർക്കുമ്പോൾ ആദ്യം മനസ്സിൽ വരുന്നത്.

നാല്പത്തിരണ്ട്

മുറ്റത്തൊരു പന്തലുയർന്നു. പതിനാറടിയന്തിരമാണത്രേ. അത് എന്താണെന്നറിയില്ലായിരുന്നു.

പണിക്കാരും വെപ്പുകാരും കേറിവന്നു. തലച്ചുമടുകളായി പച്ചക്കറികളും പലവ്യഞ്ജനങ്ങളും.

മന്ദാരച്ചില്ലകളിൽ വന്നിരിക്കാറുള്ള മഞ്ഞക്കിളികളെ പിന്നീട് കണ്ടിട്ടേയില്ല. കാട്ടുപൊന്തകളിൽ ഒളിച്ചുകളിച്ചു രസിക്കാറുള്ള കുളക്കോഴികളുടെ ശബ്ദം നിലച്ചുപോയി. ആകാശച്ചെരുവിൽ നിന്ന് പാടത്തേക്ക് ഊളിയിട്ടിറങ്ങുന്ന കൊറ്റികളും സ്ഥലംമാറിപ്പോയിരിക്കുന്നു.

പിന്നീട് കണ്ടതെല്ലാം കാണാനാഗ്രഹിച്ചിട്ടില്ലാത്ത വകകൾ തന്നെയായിരുന്നു. പാണ്ടിയിൽ പോയി പണം വാരിവന്ന പ്രതാപിയായ കേശവന്റെ പതിനാറടിയന്തരം പൊടിപൊടിച്ചതിന്റെ ഗമയിലാണ് മാധവ ചെറ്യേച്ഛൻ. നാടടക്കം ക്ഷണിച്ചായിരുന്നു സദ്യ. നാലുതരം പ്രഥമൻ, വലിയ പപ്പടം, പഞ്ചസാര, പത്തുപന്ത്രണ്ട് ഇനങ്ങൾ വേറെയും.

ഏട്ടന്റെ പതിനാറടിയന്തരം അനിയൻ മോശമാക്കിയെന്ന് ഇനിയൊരാളും പറയുകയില്ലല്ലോ.

സദ്യകഴിഞ്ഞ് പലരും യാത്രപറഞ്ഞിറങ്ങിയിരുന്നു. ബാക്കിയുള്ള കുറച്ചുപേർ മെത്തപ്പായ വിരിച്ച് യോഗമിരിക്കുകയാണ്. അവർക്ക് ചർച്ച ചെയ്ത് തീരുമാനമെടുക്കാൻ ഒരു പ്രശ്നമുണ്ട്. ചെറ്യേച്ഛൻ പറഞ്ഞു.

"അവർക്ക് സമ്മതമാണെങ്കിൽ അങ്ങോട്ടുവരാം."

വിശദീകരണം സംഘത്തിന്റേതായിരുന്നു.

"എന്നുവച്ചാൽ, അവർ നിങ്ങളോടൊപ്പം നിങ്ങളുടെ വീട്ടിൽ താമസിക്കണമെന്ന്, അല്ലേ?"

"അതേ."

"ശരിയാ ആ വീടും ഇവരുടെ ഭർത്താവ് ഉണ്ടാക്കിയതുതന്നെയല്ലോ."

ചെറ്യേച്ഛൻ ഇടപെട്ടു. "പഴയ കാര്യങ്ങളൊന്നും ഇവടെ പറയേണ്ട. പ്രശ്നം അതല്ലല്ലോ."

കതക് മറഞ്ഞിരുന്ന ലക്ഷ്മിക്കുട്ടി ചെറ്യേമ്മയ്ക്ക് പറയാനുണ്ടായിരുന്നത് മറ്റൊന്നാണ്.

"സ്ഥാനംകൊണ്ട് അവർ എനിക്ക് ഏട്ടത്തിയാണെങ്കിലും പ്രായം കൊണ്ടും മനസ്സുകൊണ്ടും എനിക്കവർ മകളാണ്. ഈ പ്രായത്തിൽ ഇങ്ങനെവിടാതെ മറ്റെന്തെങ്കിലും വഴിണ്ടോന്ന് കൂടെ ആലോചിച്ചു കൂടെ?"

അത് ശരിയാണെന്ന് യോഗം കൂടിയിരുന്നവർക്കും തോന്നി. എന്നാൽ ആ വഴിക്കെന്തെങ്കിലും ചിന്തിക്കാനുള്ള സമയമല്ലല്ലോ.

"ശരിയാ. പക്ഷേ, ഇവരുടെ കാര്യത്തിൽ ഇപ്പോൾ എല്ലാരുമുള്ള സ്ഥിതിക്ക് എന്തെങ്കിലുമൊന്ന് ഉറപ്പിച്ചിടുന്നതാ നല്ലത്."

ജീവിതത്തിൽ ആദ്യമായിട്ടായിരിക്കണം ലക്ഷ്മിക്കുട്ടി ചെറ്യേമ്മ ശക്തമായ ഒരഭിപ്രായപ്രകടനം നടത്തിയത്.

പിന്നീട് കുറെ സമയത്തേക്ക് ചർച്ചയായിരുന്നു. പുതിയ നിശ്ചയങ്ങൾ, മറ്റ് അഭിപ്രായങ്ങൾ. ഒടുവിൽ യോഗം അംഗീകരിച്ച തീരുമാനം ഇങ്ങനെയായിരുന്നു. കേശവന്റെ സ്വത്തിൽ താത്പര്യമില്ലാത്തവനും വിഭാര്യനും മാധവിക്കും കുഞ്ഞിനും ചെലവിന് കൊടുക്കാൻ പ്രാപ്തിയുള്ളവനുമായ ഒരാൾ, ഈ തറവാട്ടിൽനിന്നോ ബന്ധുമിത്രാദികളിൽനിന്നോ ആകാം. യോഗനിശ്ചയ പ്രഖ്യാപനം കഴിഞ്ഞയുടനെതന്നെ, ചില മധ്യവയസ്കർ സന്നദ്ധരായി മുന്നോട്ടു വന്നുകഴിഞ്ഞിരുന്നു.

"പക്ഷേ, അതുകൊണ്ടായില്ലല്ലോ. സമ്മതിക്കേണ്ട കക്ഷിയെ വിളിക്ക്യാ ആദ്യം."

"അപ്പു, വെല്ലിമ്മയെ വിളിക്കൂ."

കാര്യങ്ങളൊക്കെ അകത്തും പുറത്തും ഉള്ളവർ കേട്ടുകഴിഞ്ഞിരിക്കുന്നു. അപ്പു കതകിന് പുറത്തുനിന്നിരുന്നു.

സ്ത്രീകളിലാരോ മാധവിയെ പിടിച്ച് ഉമ്മറത്തേക്ക് കൊണ്ടുവന്നു.

പുറം മൂടിക്കിടക്കുന്ന അഴിഞ്ഞുലഞ്ഞ മുടിയും പ്രകാശമുള്ള കണ്ണുകളുമായി കടന്നുവന്ന മാധവിക്ക് കേൾക്കാനും പറയാനും ഒന്നുമില്ലെന്ന ഭാവമായിരുന്നു. പന്തലിലിരിക്കുന്നവർക്ക് അത്രയ്ക്ക് വിസ്മയം. കിളവൻ കേശവനോടൊപ്പം കഴിഞ്ഞത് ഇത്രയും സുന്ദരിയായ ഒരുവളായിരുന്നോ?

കുങ്കുമം കലങ്ങിയ വെണ്ണക്കവിളും യൗവനകുബേരതയുടെ മാറുള്ള മാധവിയെ ആ നിമിഷം മുതൽ കാമിക്കാൻ തുടങ്ങി, അവർ.

നെഞ്ചിടിപ്പിന്റെ വേഗത ആദ്യം കുറഞ്ഞുകിട്ടിയ ഒരാൾ നിശ്ശബ്ദമായി യോഗവേദിയെ നോക്കി. മാധവിയോട് ചോദിച്ചു.

"ഇവിടെ എടുത്ത തീരുമാനം കേട്ടിരിക്കുമല്ലോ?"

അവർ നീണ്ട ചികുരഭാരം മാടിയൊതുക്കി മാറിലേക്കിട്ടു. പിന്നെ നെറ്റിയിൽ ഇളകുന്ന അളകങ്ങൾ ഒതുക്കിപ്പിടിച്ചു.

"എന്താണ് നിങ്ങളുടെ നിശ്ചയം? പറയാണ്ടെങ്ങനാ ഞങ്ങളറിയുക?"

അവർ അപ്പുക്കുട്ടനെ നോക്കി. "ഞാൻ പറയട്ടെ."

ചോദ്യവും, അനുവാദം കൊടുത്തതും കണ്ണുകളാണ്.

"അതേയ് അവർ അപ്രത്ത് പറഞ്ഞത് എന്താണെന്നോ, ഇനി ഈ ജന്മം ആരുടേയും ഭാര്യയായി കഴിയാനിഷ്ടമില്ലെന്ന്."

സുന്ദരിയായി മാധവിയെ വേൾക്കാൻ തയ്യാറായവരാണ് ആദ്യം പടിയിറങ്ങിയത്.

അസ്വസ്ഥനായ മാധവചെറ്യേച്ഛന്റെ പുലമ്പൽ ആരും ഗൗനിച്ചതേയില്ല.

"ഇങ്ങനെയൊക്കെ സംഭവിച്ചത് വിധിയാണെന്ന് കൂട്ടിയാ മതി. ആരൊക്കെയോ ചെയ്ത തെറ്റിന് എന്താച്ചാ പ്രായശ്ചിത്തമെന്നാലത് ചെയ്യലാ സുകൃതം."

പ്രതികരണമൊന്നുമില്ലാതായപ്പോൾ, അദ്ദേഹം, മാധവിയുടെ നേരെ നോക്കി.

ഇപ്പൊ ഇനി ഞാനെന്താ ചെയ്യേണ്ടേ?

മറുപടി പറഞ്ഞത് മറ്റാരോ ആയിരുന്നു. അത് ആലോചിക്കേണ്ടത് ഇനി നിങ്ങളല്ലേ?

എന്തിനാ ആ പെങ്കൊച്ചിനെ വശക്കേടാക്കണത്?

നാല്പത്തിമൂന്ന്

ആരെടുത്ത തീരുമാനമാണെന്നറിയില്ല. പിന്നീട് വീട്ടുചെലവുകൾ കൃത്യമായി നടത്തിപ്പോന്നത്, ചെറ്യേച്ഛനാണ്, ഇടയ്ക്കിടയ്ക്ക് ലക്ഷ്മിക്കുട്ടി ചെറ്യേമ്മേം വന്ന് അന്വേഷിച്ചു പോവാറുണ്ട്. അപ്പോഴെല്ലാം വിശ്വന് നേന്ത്രപ്പഴമോ പലഹാരങ്ങളോ കൊണ്ടുവരാറുണ്ടായിരുന്നു.

രാത്രിക്കൂട്ടിന് മേലേപ്പറമ്പിലെ പാറുത്തള്ളയെ ഏർപ്പാടാക്കിയതും ചെറ്യേച്ഛൻ തന്നെ.

അപ്പേട്ടൻ നിത്യസന്ദർശകനായത് പക്ഷേ ആരും ആവശ്യപ്പെടാതെയായിരുന്നു. അമ്മയും അപ്പേട്ടനും പെട്ടെന്ന് കൂട്ടുകാരായതുപോലെ. എപ്പോഴും പാട്ടും ചിരിയും ബഹളവുമായിരുന്നു. അവർ ബെറ്റ് വെച്ച് പാടുകയും തോറ്റയാൾ മറ്റേയാൾക്ക് ഉമ്മകൊടുത്ത് കളിക്കുന്നതും കണ്ടിട്ടുണ്ട്. ഇത്രയ്ക്ക് നന്നായി പാടാൻ അമ്മയ്ക്ക് കഴിയുമെന്ന് അന്നാണ് അറിയുന്നത്. അക്കാലങ്ങൾക്ക് മുമ്പോ പിന്നീടോ അമ്മ പാടുന്നത് കേട്ടിട്ടില്ലായിരുന്നു.

അച്ഛനെ എല്ലാവരും മറന്നിരിക്കുന്നു; വിശ്വനൊഴികെ. തെക്കേമുറിയിലെ ഒഴിഞ്ഞ കട്ടിൽ കാണുമ്പോൾ, ചങ്കിൽ പിടയുന്ന കരച്ചിലൊതുക്കാനാവില്ലായിരുന്നു.

സ്കൂളിൽ നിന്ന് വന്നപ്പോൾ പാറുമുത്തശ്ശി കൈകൾ രണ്ടും തലയിൽ വച്ച് ആരെയോ പ്രാകുന്നു...

തോടയിടാൻ നീട്ടിയ കാതിന്റെ ഒഴിഞ്ഞ തുളയിലൂടെ അന്തിവെയിലിന്റെ ഒരു കീറ് കടന്നുവരുന്നുണ്ട്.

മാറ് മറച്ച കച്ചത്തോർത്തിന്റെ വശങ്ങളിലൂടെ കാണുന്ന വലിയ മുലകൾ.

"അധികമായാൽ അമൃതും വിഷാ, അരുതാത്തത് കാട്ടരുത് കുട്ട്യോളെ..."

"എന്താ ഉണ്ടായതേക്കണത്–" ചോദിക്കണമെന്നുണ്ട് വിശ്വന്. പക്ഷേ, മുത്തശ്ശി ദേഷ്യത്തിൽ തന്നെയാണ്.

മുമ്പൊരിക്കൽ സ്കൂളിൽനിന്നു വരുമ്പോൾ അമ്മയും അപ്പേട്ടനും കട്ടിലിൽ കെട്ടിപ്പിടിച്ച് കിടക്കുകയായിരുന്നു.

പിടഞ്ഞെഴുന്നേറ്റ, അപ്പേട്ടൻ ആ കാഴ്ച പാറുമുത്തശ്ശിയോട് മിണ്ടിപ്പോകരുതെന്നാ പറഞ്ഞത്.

"പറഞ്ഞാലെന്താ?"

"പാറു മുത്തശ്ശി പിണങ്ങിപ്പോകില്ലേ."

മറ്റൊരു ദിവസം അപ്പേട്ടൻ പാറുമുത്തശ്ശിയുടെ കൈകൾ പിടിച്ച് താഴ്ത്തി അവയിൽ അഞ്ചാറ് നോട്ട് വച്ചുകൊടുത്തു. എന്നിട്ടൊരു ചോദ്യവും.

"ഇപ്പോൾ ഇവിടെന്തുണ്ടായെന്നാ തള്ളേ നിങ്ങള് പറയണത്?"

തള്ള നോട്ട് മടിയിലേക്ക് തിരുകി.

സ്കൂളിൽനിന്ന് മടങ്ങുകയായിരുന്നു. എതിരേ വരുന്നത് പരമേശ്വരൻ നായരാണ്.

അച്ഛന് ഏറെ സഹായം ചെയ്ത ആളല്ലേ.

"എന്താപ്പൊ, അങ്ങോട്ടൊന്നും വരാത്തെ?"

"ഇനി എനിക്ക് കൂടെ പങ്കൊണ്ടെന്ന് പറയിപ്പിക്കാനോ?"

മറുചോദ്യത്തിന്റെ പൊരുളറിഞ്ഞില്ലെങ്കിലും എന്തോ കുഴപ്പമുണ്ടെന്ന് തോന്നി.

തെങ്ങുകയറ്റക്കാരൻ ചാത്തുണ്ണിയും വരാറില്ല. കണ്ടാൽ മിണ്ടാനും വയ്യ. അയാളും ഇങ്ങനെ വല്ലതും പറഞ്ഞാലോ?

വീട്ടിൽ ചെന്നു കയറിയപ്പോൾ, മുത്തശ്ശി ബഹളംവെക്കുന്നുണ്ടായിരുന്നു. "അപ്പഴേ ഞാൻ പറഞ്ഞതാ, അര്താത്ത പണിയാ നിങ്ങള് കാട്ടണേത്ന്ന്. ഇപ്പോൾ എന്തായി?"

അമ്മ കട്ടിലിൽ കമിഴ്ന്ന് കിടക്കുകയാണ്. തള്ളയുടെ പുലമ്പൽ കേട്ടിട്ടും അവർക്ക് വ്യസനമുള്ളതുപോലെ തോന്നിയില്ല.

"ഇനി ഞാനെങ്ങ്നാ നാട്ടാരുടെ മൊകത്ത് നോക്കും? ഒക്കെത്തിനും ഞാൻ കൂട്ട് നിന്നൂന്നല്ലെ അവര് പറയാ."

അപ്പോഴേക്കും അപ്പേട്ടൻ കയറിവന്നു.

"ആ മാധവൻ എന്നെ കൊല്ലും കുട്ട്യേ-ഞാന്വ്ടെണ്ടായിട്ടും ഇതൊക്കെ സംഭവിച്ചേന്നല്ലേ അവൻ ചോദിക്ക്യാ-"

അപ്പേട്ടൻ അവരേയും പിടിച്ച് പുറത്തേക്കിറങ്ങി.

രാത്രി അമ്മയും അപ്പേട്ടനും ഏറെ സംസാരിച്ചിരുന്നു.

മൂകസാക്ഷിയായി പാറുത്തള്ളയും.

ഒടുവിൽ അപ്പേട്ടൻ കുറെ രൂപയെടുത്ത് കട്ടിലിൽ വച്ചു.

"ഇതോണ്ടൊക്കെ ശരിയാക്കണം. പിന്നെന്താച്ചാ അപ്പോ നോക്കാം."

വിശ്വന് ഉറക്കം കണ്ണിൽ പിടിച്ചുതുടങ്ങിയിരുന്നു. പാറുമുത്തശ്ശി ഇനിയും ആ മുറിയിൽനിന്ന് പുറത്ത് വന്നിട്ടില്ല. അവർ പറയുന്നുണ്ടായിരുന്നു.

"എന്നെ കൊന്നാലും ശരി ഞാൻ ഒന്നും ആരോടും പറയില്ല. തീർച്ച. ഭഗോതിയാണെ സത്യം."

പിറ്റേന്ന്, ഉണർന്നപ്പോൾ അപ്പേട്ടനില്ലായിരുന്നു. പിന്നീടൊരിക്കലും ആളെ കണ്ടിട്ടേയില്ല.

ഒരിക്കൽ അമ്മയോടന്വേഷിച്ചപ്പോൾ മറുപടി ശകാരമായിരുന്നു. "പോടാ അസത്തേ – അന്വേഷിക്കാനൊരാള്."

നാല്പത്തിനാല്

പാറുമുത്തശ്ശി മറ്റൊരു തള്ളയെ കൂട്ടിവന്നു. അവരുടെ വായയിൽ പല്ലു കളൊന്നുമില്ലായിരുന്നു. രണ്ടുമൂന്നു ദിവസം അവിടെ പാർത്തിരുന്നു വെങ്കിലും പുറത്തേക്കൊന്നും ഇറങ്ങിയിരുന്നില്ല അവർ. അടച്ചിട്ട മുറിക്കു ള്ളിൽ അമ്മയും ആ തള്ളയും മാത്രം.

തിരിച്ചുപോകാൻ നേരം പാറുമുത്തശ്ശിയോട് പറഞ്ഞു.

“എന്നാലാവുന്ന പണിയൊക്കെ ചെയ്തുനോക്കി. ഇനിയെല്ലാം ദൈവം തമ്പ്രാന്റെ നിശ്ശംപോലെ.”

പാറുത്തള്ള കെഞ്ചി.

“രണ്ടീസം കൂടെ ശ്രമിച്ചൂടെ ചേട്ടത്തീ?”

“അയ്യോ ഇനി വേണ്ട, ഓള് ചത്തുപോം.”

അപ്പേട്ടന്റെ ചിരിയും പാട്ടും അമ്മയുടെ ആഹ്ലാദങ്ങളും അടുക്കളയുടെ ഇരുളിലും വിറകുപുരയുടെ മറവിലും മരിച്ചുകഴിഞ്ഞു. നിത്യസന്ദർശക രുടെ നിഴലുകൾപോലും അപരിചിതമായിപ്പോയി പെട്ടെന്ന്.

അപ്പേട്ടൻ നാടുവിട്ടോടിപ്പോയി എന്ന് പറഞ്ഞത് പാറുത്തള്ളയാണ്. പിന്നെ അവർ മറ്റൊരു സ്വകാര്യം കൂടി പറഞ്ഞു.

“വിശ്വൻകുട്ടിക്കൊരു അനിയനോ അനീത്ത്യോ ഉണ്ടാവാൻ പോണു ണ്ടൂട്ടോ.”

“എപ്പഴാ?”

“മോന് ആരാ വേണ്ടേ?”

“അനീത്തി.”

നാല്പത്തിയഞ്ച്

ചെറിയ ബഹളം കേട്ടപോലെ തോന്നി. കണ്ണുതുറന്നു. രാവ് ഏറെയായിട്ടുണ്ടാകും. അന്ന് കൂട്ടിന് പാറുമുത്തശ്ശി വന്നില്ലായിരുന്നു.

അമ്മ മുടിയഴിച്ചിട്ട് ചുവന്ന കണ്ണുകളുമായി മുറിയുടെ മൂലയിൽ നിൽക്കുന്നു. കൈയിൽ വാക്കത്തിയുണ്ട്.

പുറത്ത് ആരുടെയോ സംസാരം. ആർക്കോ നിർദ്ദേശങ്ങൾ കൊടുക്കുന്നു. പിന്നെ നിശ്ശബ്ദമായ ഇടവേള. അതുകഴിഞ്ഞ് കതകിൽ തുടർച്ചയുള്ള മുട്ടൽ.

"വാതിൽ തുറക്കെടി. പുലയാടിമോളേ."

ചുമരിൽ വിറയ്ക്കുന്ന അമ്മയുടെ നിഴൽ..

"വാതിൽ തുറക്കാനല്ലേ പറഞ്ഞത്. ഇല്ലെങ്കിൽ ചവുട്ടിപ്പൊളിക്കും."

"അവനെ എവിടെ കൊന്ന് കുഴിച്ചുമൂടിയെന്ന് പറയെടീ തേവിടിശ്ശി..."

"നീ കൊന്നിട്ടില്ലെങ്കിൽ എങ്ങോട്ടോടിച്ചെന്ന് പറയ്."

മറുപടിയൊന്നുമില്ലാതായപ്പോൾ വീണ്ടും കതകിലും ജനവാതിലുകളിലും തെരുതെരാ ഇടി തുടങ്ങി. കൂടെ തെറിപ്പാട്ടും.

"പറ്റുവരവിന് ആ നായരും ചാത്തുണ്ണിയുമുണ്ടാർന്നല്ലോ. എന്നിട്ടിപ്പോൾ, പയ്യന്റെ തലയ്ക്ക് വച്ചുകെട്ടാനാണല്ലേ ബാവം. അതോണ്ടല്ലേ അവനെ ഓടിച്ചുകളഞ്ഞത്."

അമ്മയുടെ മുഖത്തെ ഭയം മാഞ്ഞുപോകുന്നു. പകരം രൗദ്രത പടർന്നുകയറി. പെട്ടെന്ന് വാതിൽ തുറന്ന്, വാക്കത്തി വായുവിൽ വീശി. ആർക്കൊക്കെയോ മുറിവേറ്റു. ഇങ്ങനെ ഒരാക്രമണം അവർ പ്രതീക്ഷിച്ചില്ലെന്ന് തീർച്ച.

ആരുടെയോ ചവിട്ടേറ്റ്, അവർ മലർന്നടിച്ച് വീണു. വാക്കത്തി തെറിച്ചുപോയി.

വീണുകിടക്കുന്ന അമ്മയുടെ ദേഹത്ത് മൂന്നുനാലുപേർ ചേർന്നു കാട്ടിയ വിക്രിയകൾ കാണാതിരിക്കാനാകണം വിശ്വൻ വിളക്കൂതി ക്കെടുത്തി.

"ഇനി അപ്പൂപ്പന്റെ പേര് പറയാൻ നിനക്ക് ജീവനുണ്ടാകില്ല." ചവിട്ടി മെതിക്കുന്നവർ ഈണത്തോടെ പറയുകയായിരുന്നു...

എന്നാൽ എന്തെങ്കിലും കേൾക്കാനോ അറിയാനോ ആവാത്തവിധം അമ്മയുടെ ബോധം നശിച്ചിരുന്നു.

പുറംകാലുകൊണ്ട് ഉരുട്ടിയിട്ടൊരാൾ പറഞ്ഞു.

"ഇതിന്റെ പണിതീർന്നെന്നാ തോന്നണേ, വേഗം സ്ഥലംവിട്ടോ."

നാട്ടുവെളിച്ചത്തിലേക്കിറങ്ങി നടന്നവരുടെ കൂട്ടത്തിൽ ഒരാളെ വിശ്വൻ തിരിച്ചറിഞ്ഞു. മാധവചെറ്യേച്ഛൻ!

നാല്പത്തിയാറ്

എല്ലാം കാണുകയും കേൾക്കുകയും ചെയ്ത പാറുമുത്തശ്ശി മേലെ പറമ്പിന്റെ തെക്കുകിഴക്കേ മൂലയിൽ പൂവരശിനരികെ കുഴിമാടത്തിൽ ആരോടും പറയാത്ത മരിക്കാത്ത രഹസ്യങ്ങളുമായി നിത്യനിദ്രയിലായിട്ട് വർഷങ്ങളേറെയായി.

പിന്നീടുണ്ടായതെല്ലാം അശ്വതിക്ക് നേരിട്ടറിയുന്നതാണ്. ഒരു രേഖാചിത്രം വരയ്ക്കാൻപോലും തോന്നിയില്ല റോഷ്മയ്ക്ക്. അശ്വതി പറഞ്ഞ തെല്ലാം പകർത്തിവയ്ക്കുകമാത്രമാണ് തന്റെ പണിയെന്ന് റോഷ്മ മനസ്സിലാക്കി.

നാല്പത്തിയേഴ്

കുറെ ദിവസങ്ങളായി രാവേറെ ചെല്ലുമ്പോഴാണ് വിശ്വൻ കയറിവരിക. ചിലപ്പോൾ ഭക്ഷണം കഴിച്ചെന്നുവരും. മറ്റു ചിലപ്പോൾ അതുമില്ല.

എവിടെപ്പോയിരുന്നു എന്തുചെയ്യുന്നുവെന്നെല്ലാം ചോദിച്ചാൽ മറുപടി മൗനം മാത്രം.

മടുത്തപ്പോൾ ചോദിക്കാതായി. എന്തെല്ലാമോ കുഴപ്പങ്ങളുണ്ടെന്ന് ആളെ കണ്ടാലറിയാമായിരുന്നു.

മുമ്പെല്ലാം ചിലർ വിശ്വനെ അന്വേഷിച്ചു വന്നിരുന്നത് പകൽ മാത്ര മാണ്. ഇപ്പോൾ സമയമൊന്നുമില്ല. രാത്രിയും പലരും കയറിവരുന്നുണ്ട്.

അവരോടെല്ലാം സമാധാനം പറഞ്ഞുവിടുന്നത് സുജാതയാണ്. അവളുടെ മുഖം കണ്ടാലറിയാം, വന്നവരുടെ പെരുമാറ്റം ശരിയായിരുന്നി ല്ലെന്ന്.

ആരാ എന്തിനാ വന്നേ എന്നൊക്കെ ചോദിച്ചാൽ സ്ഥിരം മറുപടി യാണവളുടേത്.

ഹേയ് ഒന്നൂല്യാ ഏട്ടത്തീ. വിശ്വേട്ടനെ കാണാൻ വന്ന പഴയ കൂട്ടു കാരാ. അങ്ങനെ കാണാൻ പറ്റിയ ചങ്ങാതിമാരില്ലെന്നത് തീർച്ചയാണ്. എങ്കിലും മറുചോദ്യങ്ങളുമായി അവളെ ബുദ്ധിമുട്ടിക്കാൻ തുനിഞ്ഞില്ല. എന്നാൽ അശ്വതി ഒരിക്കൽ വിശ്വനോട് നേരിട്ട് ചോദിച്ചു.

"സത്യം പറയണം, ഈ കാണാൻ വരുന്നവർക്കൊക്കെ നിങ്ങൾ കാശ് കൊടുക്കാനില്ലേ."

പണിയൊന്നുമില്ലാത്ത എനിക്ക് കടംവാങ്ങാതെ ജീവിക്കാനാകുമോ?

"വാങ്ങിയാൽപ്പോരല്ലോ. തിരിച്ചുകൊടുക്കാനെന്താ വഴി?"

"ഈ മുടിഞ്ഞ വീടും പറമ്പും വിൽക്കണം. ബാക്കി വല്ലതുമുണ്ടെ ങ്കിൽ അതുമായി ഇവിടം വിട്ടുപോകും. പിന്നെ കൂലിപ്പണിയെടുത്താലും ജീവിക്കാമല്ലോ."

മറുപടിയൊന്നും പറയാനില്ലായിരുന്നു, വിശ്വേട്ടൻ തന്നെ തുടർന്ന് സംസാരിക്കുകയാണ്.

"പക്ഷേ, ഈ മുടിഞ്ഞ ഇടം ആര് വാങ്ങാനാണ്? പരദേവത, കാല ഭൈരവൻ, ഘണ്ഠാകർണൻ. ഇവന്റെയൊക്കെ അപ്പനും അപ്പൂപ്പനും ഫൂ! വാങ്ങാൻ ധൈര്യമുള്ള ഒരുത്തനേയുള്ളൂ. പൊറിഞ്ചു മാപ്പ്ള."

അയാളുടെ കൈയിൽനിന്നും പലപ്പോഴായി കുറെ കാശ് വാങ്ങി യിട്ടില്ലേ വിശ്വേട്ടൻ?

"ഉവ്വ്."

അതിന്റെ പലിശയും പലിശയ്ക്കു പലിശയുമൊക്കെ കണക്കു കൂട്ടു മ്പോൾ തന്നെ വീടൊഴിഞ്ഞു കൊടുക്കേണ്ടിവരും.

ഇത് ശരിയാണെന്ന് വിശ്വനും തോന്നുന്നുണ്ടാകണം.

അമ്മ തയ്യാറാകുകയില്ല. തീർച്ച. തെക്കേമുറിവിട്ട് മറ്റൊരിടത്തേക്കും പോകാനവർക്കാകില്ല. പുറംലോകം എന്നേ അവർക്കന്യമായിരിക്കുന്നു. ആ മുറിയുടെ ഇരുളിലും ഗന്ധത്തിനും മാത്രമേ അവർക്ക് സ്വസ്ഥതയു ണ്ടാവുകയുള്ളൂ.

എന്നാൽ പൊറിഞ്ചുവിന്റെ ആൾക്കാർ ഈ വീട് ഇടിച്ചുപൊളിക്കു മ്പോൾ ഭഗവതിയുടെ ചെമ്പട്ടും പള്ളിവാളും തൊടിയിലേക്ക് വലിച്ചെറി യുമ്പോൾ മദ്യപിച്ച അയാളുടെ പണിക്കാർ പുറംപ്രതിഷ്ഠകൾ എടുത്ത മ്മാനമാടുമ്പോൾ കൂടു നഷ്ടപ്പെട്ട വേട്ടാളനെപ്പോലെ. പാഞ്ഞുപോകാതെ എന്താണ് അവർ ചെയ്യുക?

നാല്പത്തിയെട്ട്

വിഷാദംപോലെ സന്ധ്യ.

പ്രകൃതി നിശ്ചലം.

വെള്ളിലങ്ങളുടെ ഇളംതളിരുകളിൽപോലും കാറ്റിന്റെ ഈണമില്ല. ചിത്രകാരന് പറ്റിയ കൈത്തറ്റ്പോലെ ആകാശം. അമിതവർണങ്ങൾ തുടച്ചെടുക്കാനൊരു മേഘത്തുണ്ടും ഇല്ലായിരുന്നു.

ഇരുട്ടിലേക്ക് ചിറകടിച്ചില്ലാതാകുന്ന പതിവ് പറവകൾക്ക് ദിശാഭംഗം പറ്റിയിരിക്കുന്നു.

അമ്മിത്തറയിൽ ചാരി നിൽക്കുകയായിരുന്നു അശ്വതി. അപ്പോഴാണ് കണ്ടത്, തെങ്ങിൻതടിപ്പാലം കടന്ന് ഇഞ്ചപ്പുൽക്കാടിനിടയിലെ നടപ്പാതയിലൂടെ ഒരു മെലിഞ്ഞ മനുഷ്യൻ നടന്നുവരുന്നു. നര പാണ്ടുകയറ്റി വൃത്തികേടാക്കിയിരിക്കുന്ന കുറ്റിത്തലമുടി. തോട്ടുവരമ്പിലേറി, കിഴക്കോട്ട് നടക്കുന്ന അയാളുടെ നോട്ടം ഇങ്ങോട്ടാണ്. കുറെക്കഴിഞ്ഞ് തിരിച്ചുപോകുമ്പോഴും നോക്കുന്നത് ഇങ്ങോട്ടുതന്നെ.

എന്തോ പന്തികേടുള്ളതുപോലെതോന്നി, അശ്വതിക്ക്. ഇനി ഇവിടെ നിൽക്കാനാവില്ല. ചില സന്ധ്യക്ക് സുജാത സർപ്പക്കാവിൽ വിളക്കുവയ്ക്കാറുണ്ട്. അവൾ അവിടെ കാണുമെന്ന് കരുതിയാണ് പോയത്. പക്ഷേ കണ്ടത് വിശ്വേട്ടന്റെ അമ്മയെയാണ്.

അവർ കാവിൽനിന്നിറങ്ങിവരുന്നു. കൈനിറയെ കാട്ടുചെത്തിപ്പൂക്കൾ. തിരിഞ്ഞുനടക്കാൻ തുടങ്ങിയപ്പോൾ വിളി. വിസ്മയംപോലെ.

"അശ്വതീ..."

വിശ്വസിക്കാനാകുന്നില്ല.

"അടുത്ത് വരൂ..."

ചെന്നപ്പോൾ കൈയിലിരുന്ന പൂക്കൾ നീട്ടി. പിന്നെ ചേർത്തുപിടിച്ചു.

"മോളേ നീ നല്ല കുട്ടിയാണ്. പഠിച്ചിട്ടുണ്ടാകുമല്ലോ ഇല്ലേ?"

മറുപടി പറയാതെ മുഖം കുനിച്ച് നിൽക്കാനേ ആകുന്നുള്ളൂ.

"നല്ല കുട്ടികൾ ചീത്തസ്ഥലത്ത് പോകരുത്. നീ ഒരുപക്ഷേ അറിയാതെ വന്നുപെട്ടതാകാം."

"അല്ലമ്മേ, എല്ലാം എനിക്കറിയാം. അറിഞ്ഞുകൊണ്ടുതന്നെ വന്നതാണ്."

"വിശ്വൻ പാവമാണ് കുട്ടി. വാത്സല്യം അവൻ അല്പമെങ്കിലും അനുഭവിച്ചിട്ടുണ്ടെങ്കിൽ, അവന്റെ അച്ഛനിൽ നിന്നു മാത്രം."

ഉവ്വ് അതുമെനിക്കറിയാം. പക്ഷേ പറഞ്ഞില്ല.

ഒരു നല്ല അമ്മയാകാൻ എനിക്കായില്ല. ഞാൻ ഇങ്ങനെയൊക്കെത്തന്നെയാണ്.

"ഇനി മാറാനാകില്ലല്ലോ–"

ശബ്ദിക്കാതെ കടന്നുപോയ കാറ്റിന്റെ സ്പർശം മാത്രം.

"ആരുമില്ലാത്ത അവന് നിന്നെപ്പോലൊരുവൾ തുണയായി കിട്ടിയത് ഭാഗ്യം തന്നെ– വരൂ, സന്ധ്യക്ക് ഇവിടെ നിൽക്കണ്ട."

നടക്കുമ്പോൾ അമ്മയുടെ മൃദുലമായ കൈപ്പടം ചുമലിലുണ്ടായിരുന്നു.

"കുട്ടീ നീ മനസ്സിലാക്കിയിരിക്കും. ഇതൊരു ചീത്ത സ്ഥലമാണെന്ന്. ചീത്തവീടാണെന്ന് ഇല്ലേ–?"

അമ്മ മറുപടി പ്രതീക്ഷിക്കുന്നില്ലെന്നറിയാം.

"മോളിനിയും ചീത്തയായിട്ടില്ല. അതിന് മുമ്പ് നീ അവനേയുംകൊണ്ട് എങ്ങോട്ടെങ്കിലും പോയി രക്ഷപ്പെട്ടോളൂ."

പെട്ടെന്ന് നിന്നുപോയി.

അമ്മേ എനിക്കിപ്പോൾ സ്നേഹിക്കാൻ വിശ്വേട്ടൻ മാത്രമല്ല. എന്റെ സുജക്കുട്ടിയുണ്ട്, അമ്മയുണ്ട്.

"നോക്ക് എന്നെ ആരും സ്നേഹിക്കേണ്ട, സ്നേഹം ഞാൻ ആർക്കും കൊടുത്തിട്ടില്ല. ആരിൽ നിന്നും വാങ്ങുകയുമില്ല..."

അമ്മയുടെ പുറംപൂച്ച് പൊളിയുന്നതറിയുകയായിരുന്നു.

കയറിച്ചെല്ലുമ്പോൾ, മച്ചിന് മുന്നിൽ സുജാത നിൽക്കുന്നുണ്ട്. അമ്മയും മരുമകളും ഒരുമിച്ച് നടന്നുവരുന്നത് അവൾ ആദ്യമായി കാണുകയാണല്ലോ!

അമ്മ സുജാതയെ ശ്രദ്ധിച്ചതേയില്ല. അവരുടെ മുറിയിലേക്ക് നടക്കുമ്പോൾ വിളിച്ചു.

"കുട്ടി, ഇവിടെ വരൂ–"

അശ്വതി തെച്ചിപ്പൂക്കൾ സുജാതയുടെ കൈയിൽ കൊടുത്തു. അവളത് ഭഗവതിയുടെ ശിരസ്സിൽ തൂവി.

തെക്കേമുറിയുടെ വാതിൽപ്പടിയെത്തിയപ്പോൾ അമ്മ പറഞ്ഞു.

"അവിടെ നിന്നാൽ മതി-"

ചാരിയ കതകുകൾക്കപ്പുറം ഒന്നും വ്യക്തമായില്ല. ഇരുമ്പുപെട്ടി വലിച്ചെടുപ്പിക്കുന്നതിന്റേയും തുറക്കുന്നതിന്റേയുമൊക്കെ ശബ്ദം.

ആ മുറിയിലെന്തൊക്കെയുണ്ടെന്ന് സുജാതയ്ക്കുപോലും അറിയില്ലെന്ന് തോന്നുന്നു. ഓർമ്മ വച്ച കാലം മുതൽ, സുജാതയോ, വിശ്വനോ ആ മുറിയിൽ കടന്നുകാണില്ല.

വാതിൽ തുറന്ന് അമ്മ പുറത്തുവന്നു. കൈയിൽ മടക്കിയ ഒരു കസവു ചേലയുണ്ട്. അതിനുമേലെ ചുവന്ന കല്ല് പതിച്ച ശങ്കീരിയുള്ള കനകക്കാപ്പും.

"മോളെ."

അമ്മയുടെ സുന്ദരമായ മുഖത്ത്, ഏതെല്ലാമോ വികാരങ്ങൾ വലിഞ്ഞു മുറുകുന്നത് വ്യക്തമാണ്.

"വിശ്വന്റെ അച്ഛൻ തന്നുപോയ വിലപ്പെട്ട വകകളിൽ ശേഷിച്ചത് ഇതേയുള്ളൂ-"

ജീവിക്കാൻ എന്നെത്തന്നെ വിൽക്കേണ്ടിവരുമെന്ന അവസ്ഥ വന്നപ്പോൾ വില അറിയാതെ പലതും ഞാൻ നഷ്ടപ്പെടുത്തി - കബളിപ്പിക്കപ്പെട്ട ആ കാലം ഓർക്കാൻ എനിക്ക് ഇഷ്ടമില്ല - വിശ്വന്റെ അച്ഛൻ എനിക്ക് തന്നുപോയ സ്വകാര്യ സമ്പാദ്യങ്ങളുടെ വില അറിയാനുള്ള പ്രാപ്തിയുമില്ലായിരുന്നു, അന്ന്.

അമ്മ കരയുകയാണിപ്പോൾ!

പിന്നീട് എന്നെത്തന്നെ ഞാൻ സ്വയം വിൽക്കാൻ തുടങ്ങിയപ്പോഴും എനിക്ക് സൂക്ഷിക്കാനായത്, ഇവ മാത്രം.

"എന്റെ മരുമകൾക്ക് നൽകാൻ വേണ്ടിയാണിത്, ഞാൻ കാത്തുവച്ചത്."

അവർ പുടവ നീട്ടി.

ചുവന്ന കാഞ്ചിപുരം ചേല.

പിന്നെ ഇടത്കൈയിൽ കാപ്പണിയിച്ച് ശങ്കീരി മുറുക്കി.

അല്പസമയം, ആ കാപ്പിലേക്കും പിന്നെ മുഖത്തേക്കും മാറി മാറി നോക്കി.

"അശ്വതീ... തെറ്റിന്റെ ദുരന്തഫലം ഓർമ്മിപ്പിക്കാൻ, ഈ കാപ്പ് നിന്നെ സഹായിക്കും. നിനക്കൊരു മരുമകൾ വരുമ്പോൾ അവൾക്ക് കൊടുക്കാനായി നീയിതു സൂക്ഷിക്കണം."

പിന്നെ ഒരു നിമിഷംപോലും അവർ നിന്നില്ല. മുറിയിൽ കടന്ന് വാതിൽ അടച്ചു.

തിരിച്ചുപോരുമ്പോൾ മച്ചിൽ തെളിഞ്ഞ് കത്തുന്ന വിളക്കുണ്ടായിരുന്നു.

തെച്ചിപ്പൂക്കൾ ചൂടിയ ഭഗവതി മന്ദഹസിക്കുന്നുവോ-

തുരുമ്പിച്ച പള്ളിവാളും ചിലമ്പുകളും തുടച്ച് വൃത്തിയാക്കിയിട്ടുണ്ട്.

ഒന്നുനിന്നു.

കണ്ടോ ഭഗവതി എന്റെ കൈയിലൊരു കാപ്പ്. കഥയെല്ലാം നിനക്കറിയാലോ. പക്ഷേ, നിനക്കറിയാത്ത ഒന്നുണ്ട്, ദേവീ. വിശ്വേട്ടന്റെ അമ്മ ഇത്രയ്ക്ക് പാവമാണെന്ന്!!...

അത് അറിയാമായിരുന്നെങ്കിൽ, അവരെ നിനക്ക് വഴിതെറ്റിക്കാൻ കഴിയില്ലായിരുന്നു...

അടുക്കളയിൽ വെറുതെ ഇരിക്കുകയാണ്, സുജാത.

"നീ ഇതു കണ്ടോ, സുജക്കുട്ടീ..?"

കൈനീട്ടി കാപ്പ് കാണിച്ചു-

"ഉവ്വ്. ഇപ്പോ എനിക്ക് തോന്നണത്, അമ്മയ്ക്ക് ഒരുപാട് മോഹങ്ങളുണ്ടായിരുന്നെന്നാ."

"പാവം!"

"ഒന്ന് തീർച്ച. ഏട്ടത്തിയെപ്പോലെ ഒരു മരുമകളെ തന്നെയായിരിക്കും അമ്മ ആഗ്രഹിച്ചിരുന്നത്."

"ഈശ്വരാ എന്നാണാവോ, എല്ലാവരും കൂടെ സന്തോഷത്തോടെ ഒന്ന് കഴിയുക-"

"അത് നമുക്കുണ്ടാവില്ല ഏട്ടത്തീ-"

അവൾ കരയാൻ തുടങ്ങുകയാണോ-

നാല്പത്തിയൊമ്പത്

അശ്വതി പറഞ്ഞതെല്ലാം റോഷ്മ പകർത്തിവച്ചു. ഒന്നോ രണ്ടോ ആവൃത്തി വായിക്കുകയും ചെയ്തു. അവയിൽ എന്താണ് സ്കെച്ച് ചെയ്യേണ്ട ചിത്രമെന്നവൾ ആലോചിച്ചു. കൃത്യമായി ഒന്നും മനസ്സിൽ തെളിയുന്നുണ്ടായിരുന്നില്ല.

എങ്കിലും ഒന്ന് വരച്ചിട്ടു.

നീണ്ടു മെലിഞ്ഞ് മുടി പറ്റെവെട്ടിയ മുന്നോട്ടൽപം വളഞ്ഞു നിൽക്കുന്ന ഒരാൾ. പ്രായം നിശ്ചയിക്കാൻ വയ്യാത്തവണ്ണം രോഗം ബാധിച്ച മനുഷ്യൻ.

അമ്പത്

ഇഞ്ചപ്പുൽ നടപ്പാതയിൽ മിന്നുന്നത് വിശ്വേട്ടന്റെ ടോർച്ച് തന്നെ. ബാറ്ററി വീക്കായിട്ട് നാളുകളേറെയായി. ഇപ്പോഴതിന്റെ വെളിച്ചത്തിൽ ഒന്നും ശരിക്ക് കാണാനാവുമെന്ന് തോന്നുന്നില്ല.

വിശ്വന്റെ പിന്നിൽ മറ്റൊരാളുണ്ട്. നടപ്പാതയിൽനിന്ന് തോട്ടുവരമ്പിലേ ക്കിറങ്ങി, വീട്ടുപടിക്കലേക്ക് വരികയാണവർ.

എന്തെല്ലാമോ ഗൗരവമായി സംസാരിക്കുന്നുണ്ടെന്ന് തോന്നുന്നു.

നിഴൽ പിടിച്ചാണ് അശ്വതി പടിക്കൽ ചെന്നത്. ചമ്പത്തെങ്ങിന്റെ മറവിൽ ചെവിയോർത്തുനിന്നു.

"അന്ന് എനിക്ക് നിങ്ങളെ കൊല്ലാനായിരുന്നെങ്കിൽ.."

"നിനക്കറിയോ, വിശ്വാ- പിന്നീട് എന്നെ കൊല്ലാൻ ഞാനെത്രവട്ടം ശ്രമിച്ചൂന്നോ- പക്ഷേ..."

"നിങ്ങളങ്ങനെയൊന്നും ചാവില്ല. ദുഷ്ടനായ നിങ്ങൾക്ക് ശിക്ഷ, ജീവിതം തന്നെയാണ്. നിങ്ങൾ നരകിച്ച് ജീവിക്കുന്നത് കാണാനുള്ള യോഗ മെനിക്കുണ്ടായല്ലോ, അതുമതി."

"ഇല്ല. ഇനി ഈ ജീവിതം അധികമുണ്ടാവില്ല. എന്റെ ശവം നീ അമ്പ ക്കുളത്തിലോ-മറ്റോ കാണും."

"അതൊക്കെ സൗകര്യംപോലെ ചെയ്തോ. എന്തായാലും സുജാതയെ വിളിക്കാനാവില്ല."

"വിശ്വാ, ഞാനവളെ ഒരു നോക്കു കാണാനാ വന്നത്. ഇതെന്റെ അവ സാനത്തെ ആഗ്രഹമാ."

"അതിനു മുമ്പായിട്ട്, അവൾക്ക് ഇപ്പോഴുള്ളതിലേറെ നരകം കൂടെ കൊടുക്കാനായിരിക്കും അല്ലേ. നിങ്ങൾ പോകണം."

"ഞാൻ പോകില്ല. എന്നെ കൊന്നാലും ഞാൻ പോകില്ല. നീ എന്നെ അവളെ ഒന്ന് കാണാനനുവദിക്ക്. ഞാനാരാണെന്ന് അവളോട് പറയേണ്ട."

അയാൾ തലയിൽ കൈ വച്ച് താഴെയിരുന്നു. ചുമ വരുന്നതുപോലെയുണ്ട്.

പക്ഷേ, ചുമയ്ക്കാതിരിക്കാനുള്ള ശ്രമത്തിൽ അയാൾ കിതയ്ക്കുകയാണ്.

"എന്റെ എല്ലാ പാപങ്ങൾക്കുമുള്ള ശിക്ഷ കിട്ടിക്കഴിഞ്ഞു. ഇനി ചത്താൽ മതി. ഈശ്വരാ..."

അയാൾ പിറുപിറുത്തുകൊണ്ടിരിക്കേ, വിശ്വൻ ഒതുക്കുകൾ കയറി വീട്ടുമുറ്റത്തേക്ക് നടന്നു.

അൽപം കഴിഞ്ഞ് തിരിച്ചുവരുമ്പോൾ കൂടെ സുജാതയുണ്ട്.

"ആരാ... എന്തിനാ?"

ഒതുക്കുകളിറങ്ങുമ്പോൾ സുജാതയുടെ ഇടതുകൈയിൽ വിശ്വൻ മുറുകെ പിടിച്ചിരുന്നു.

"ഇതാ, ഇവളാണ്, സുജാത."

അയാൾ പെട്ടെന്ന് എഴുന്നേറ്റു. ടോർച്ചിന്റെ ഇത്തിരി വെട്ടത്തിൽ നിമിഷങ്ങളോളം അവളെത്തന്നെ ഉറ്റുനോക്കി. പിന്നെ ഇരുട്ടിൽ ആ രൂപം ഒഴുകിപ്പോയി.

വീട്ടിലേക്ക് മടങ്ങുമ്പോൾ സുജാത ചോദ്യം ആവർത്തിച്ചു.

"ഏട്ടാ ആരാണയാൾ?"

"ആരായാലെന്താ?"

"എന്നെ എന്തിനാ അയാൾ കാണാൻ വന്നത്?"

"അത് അയാളോട് നിനക്ക് ചോദിക്കാമായിരുന്നില്ലേ?"

വിശ്വന് ശുണ്ഠി വരുന്നതവളറിയുന്നു.

പിന്നെ ഒന്നും ചോദിച്ചില്ല.

അമ്പത്തിയൊന്ന്

ഉറങ്ങാൻ തുടങ്ങും മുമ്പ് വിശ്വൻ പറഞ്ഞു. "അശ്വതീ ഞാനിന്നയാളെ കണ്ടു. ആ നിമിഷം ഒറ്റയടിക്ക് അയാളുടെ കഥ തീർക്കാമായിരുന്നു... പക്ഷേ.."

ഒന്ന് നിർത്തിയിട്ട് തുടർന്നു.

"അയാളുടെ കഥ അങ്ങാടിപ്പാട്ടായിട്ടുണ്ട്. മരണത്തേക്കാൾ ശിക്ഷ അയാൾക്ക് ഈ ജീവിതം തന്നെയാണെന്ന് മനസ്സിലായി."

ഇനിയും അയാളാരാണെന്ന് ചോദിക്കാൻ തോന്നിയില്ല, അശ്വതിക്ക്. "തിരിച്ചുവന്നിരിക്കുന്നത് ഒരു പെൺകുട്ടിയേയും കൂട്ടിയാണ്. അതിന് മലയാളം അറിയില്ലത്രേ! മകളാണെന്നാ പറയണത്."

വിശ്വൻ നിറുത്തി. മറുചോദ്യം പ്രതീക്ഷിക്കുന്നതുപോലെ. ഇപ്പോഴും അയാളാരാണെന്നു ചോദിക്കാൻ അശ്വതിക്ക് തോന്നിയില്ല. പക്ഷേ, ഇങ്ങനെ ഒരാളെ മനസ്സ് എപ്പഴോ കാത്തിരിക്കുകയായിരുന്നില്ലേ–

"നിനക്കറിയോ അയാളാരാണെന്ന്?"

"ഉയരം കൂടി അല്പം വളഞ്ഞ് നടക്കുന്ന, നര കയറിയ കുറ്റിത്തലമുടിയുള്ള വരയൻ ഷർട്ടിട്ട മെലിഞ്ഞ ഒരാൾ അല്ലേ?"

"നീ കണ്ടിരിക്കണു."

"ഉവ്വ്, സന്ധ്യക്ക് മുമ്പേ ആ വഴി രണ്ടുവട്ടം നടന്നുപോകുന്നത്, പിന്നെ വിശ്വേട്ടനോടൊപ്പം വന്നു സംസാരിക്കുന്നത്, സുജാതയെ കാണിച്ചുകൊടുത്തത് എല്ലാം. പക്ഷേ, ആളാരാണെന്നറിയില്ല."

"അപ്പേട്ടൻ."

"സുജാതയുടെ?"

അമ്പത്തിരണ്ട്

റൂമ, വേറെയും ചിത്രങ്ങൾ വരച്ചിട്ടുണ്ട്. അവയൊന്നും അശ്വതിയെ പക്ഷേ കാണിച്ചില്ല. അവയുടെ പ്രിന്റൗട്ട് എടുത്തശേഷം, ആദ്യം മുതൽ അവസാനം വരെ ഒരു സീരീസ് ആക്കിയേ ഇനി കാണിക്കുകയുള്ളൂവെന്ന് അവൾ ഉറപ്പിച്ചിരുന്നു. ഒപ്പം വംശസ്മൃതികളുടെ അവസാനഭാഗം അവൾ എഴുതിത്തീർത്തിരുന്നു.

അമ്പത്തിമൂന്ന്

പിറ്റേന്ന് ഉച്ചതിരിഞ്ഞപ്പോഴാണ് കുറുമ്പത്തുള്ള കയറിവന്നത്. ഈ സമയത്ത് വരവ് പതിവില്ലാത്തതായിരുന്നു.

"എന്തൊക്കെയുണ്ടമ്മൂമ്മേ വിശേഷങ്ങള്?" അശ്വതി ചോദിച്ചു.

"അതൊക്കെയുണ്ട്. മക്കളറിഞ്ഞില്ലന്നാ തോന്നണേ."

സുജാത ഒട്ടും താത്പര്യം കാണിക്കാതെ അമ്മിത്തറയിൽ ചാരി നിന്നു.

"അവൻ ഊരായ ഊരെല്ലാം ചുറ്റിനടന്ന് ഏതോ ഒരു പെണ്ണിനേം കെട്ടി ദൂരെ വടക്കെങ്ങാണ്ടോ താമസിക്കായിരുന്നൂന്നത്രെ." ആരാണെന്ന് മനസ്സിലായി അശ്വതിക്ക്.

"രണ്ടുമൂന്ന് കൊല്ലം മുമ്പാ പെണ്ണ് കുട്ടീനേം അവനേം ഉപേക്ഷിച്ച് വേറൊരുത്തന്റെ കൂടെ ഓടിപ്പോയെന്ന് കേക്കണത്."

"എന്നിട്ട്?"

"എന്നിട്ടെന്താകാൻ ആ കൊച്ചിനേം നോക്കി ജീവിക്കാർന്നു അവൻ. സുകല്യാണ്ടായപ്പോ കമ്പനിക്കാര് ജോലീന്ന് പറഞ്ഞുവിട്ടു."

"പിന്നെന്തുണ്ടായമ്മൂമ്മേ?"

"യോഗന്നല്ലാണ്ടെന്താ പറയാ, ഇവ്ടാർന്നേൽ ഇങ്ങനെ ഒരു ഗതി വരുമായിരുന്നോ? തന്തയ്ക്കും തള്ളയ്ക്കും കൂടെ ഒരേ മോൻ. ഇഷ്ടംപോലെയല്ലേ സ്വത്ത്!"

സുജാത മുഖമുയർത്തി. അവളിൽ ഉത്ക്കണ്ഠയുടെ ചിറകുകൾ വിടരുന്നു...

"വിട് അമ്മൂമ്മേ. അതൊക്കെ ഇനി പറഞ്ഞിട്ടെന്താ കാര്യം?"

അശ്വതിക്ക് ബാക്കി കഥ സുജാതയെ കേൾപ്പിക്കാൻ താത്പര്യമില്ലായിരുന്നു. ഒന്നും പറഞ്ഞില്ല...

“ഇനി കാര്യോല്ലാന്ന് കൂട്ടിക്കോ. എന്നാൽ ചാവാനായിട്ട് ഇങ്ങട് വരണമായിരുന്നോ?”

“ചാവാനോ?”

“അതെ മക്കളെ, അവൻ ഇന്നലെ രാത്രി തട്ടുമ്പുറത്ത് തൂങ്ങിച്ചത്തു.”

“ആരാ ഹാരാ?” സുജാതയുടെ ചോദ്യം വളരെ ഉറക്കെയായിരുന്നു.

“മോള് അറിഞ്ഞില്ല, അല്ലേ?”

“തള്ളേ ആരാണെന്ന് പറയ്.”

“വടക്കമ്പാട്ടെ അപ്പു.” സുജാത തളർന്നിരുന്നുപോയി.

“വിശ്വേട്ടന്റെ അപ്പേട്ടൻ എന്റെ - ഹെന്റെ...”

“ഏട്ടത്തീ എനിക്കെന്റെ അച്ഛനെ ഒന്നു കാണണം.”

“നീ കണ്ടിരിക്കുന്നു.”

“എപ്പോൾ?”

“ഇന്നലെ വൈകീട്ട്?”

“ങ്ഹേ?”

“അതെ സുജാതേ. നിന്നെക്കാണാനാണ് അപ്പേട്ടൻ വന്നത്.”

“ഇരുട്ടിൽ പക്ഷേ ഏട്ടത്തീ ആ മുഖമൊന്നു കാണാനായില്ല.”

“എല്ലാം വിധിയാണെന്ന് കരുതിയാൽ മതി.”

“ഇല്ല. ഞാൻ പോട്ടെ ഏട്ടത്തീ. ആ ശവശരീരമെങ്കിലും എനിക്ക് കാണണം.”

അപ്പോഴുണ്ട്, മുന്നിൽ അമ്മ.

“നിങ്ങളെന്നെ തടയരുത്.” അമ്മയ്ക്ക് എന്നാലങ്ങനെ ഒരു ഉദ്ദേശ്യമുള്ളതായി തോന്നിയില്ല.

അമ്പത്തിനാല്

മുടി വാരിക്കെട്ടി, അവൾ ഓടി. ഓട്ടത്തിനിടയ്ക്ക് കെട്ടഴിഞ്ഞ മുടി കാറ്റിൽ കൊടിക്കൂറപോലെ പറന്നു.

ഇഞ്ചപ്പുൽക്കാട്ടിലെ നടപ്പാതയിലൂടെ തെങ്ങിൻതടിപ്പാലം കടന്ന് കൊയ്ത്തൊഴിഞ്ഞ വയലിലൂടെ അവൾ ഓടുകയായിരുന്നു...

രാവേറെ ചെന്നിട്ടും സുജാത മടങ്ങിവന്നില്ല. മുനിഞ്ഞുകത്തുന്ന ചിമ്മിനി വിളക്കിന്റെ ഇത്തിരി വെട്ടത്തിനപ്പുറം വലിയ നിഴലുകൾ.

ചുമരിൽ കയറിനിൽക്കുന്ന സ്വന്തം നിഴൽതന്നെ അശ്വതിയെ ഭയപ്പെടുത്തുന്നുണ്ട്. അമ്മ വാതിൽ കൊട്ടിയടച്ചിരിക്കുന്നു. ഇനി ഇന്ന് പുറത്തുവരുമെന്ന് തോന്നുന്നില്ല. ഈശ്വരാ-വിശ്വേട്ടനെങ്കിലും വന്നെത്തിയെങ്കിൽ-

ഇരുട്ടിൽ ആരെല്ലാമോ നടന്നടുക്കുന്നുണ്ട്.

സുജാതയോ, വിശ്വേട്ടനോ അല്ല. തീർച്ച.

വീണ്ടും കാലൊച്ചകൾ. നാലോ അഞ്ചോ പേരുണ്ട്. അവർ അടക്കിപ്പിടിച്ചാണ് സംസാരിക്കുന്നത്. ആരാണെന്ന് ചോദിക്കണമെന്നുണ്ട്, അശ്വതിക്ക്. പക്ഷേ, ഭയം പൊതിയുന്നു. ശരീരത്തിന് ഇരട്ടി വണ്ണം വച്ചതുപോലെ. കാൽവിരൽത്തുമ്പിൽനിന്ന് ഇരച്ചുകയറുന്ന തരിപ്പ്.

"വാതിൽ തുറക്കണം..." അപരിചിതമായ ശബ്ദം.

"ഡാ വിശ്വാ, നീ വാതിൽ തുറക്ക്. തുറന്നില്ലെങ്കിൽ ചവുട്ടിപ്പൊളിക്കും."

ജാലകപ്പാളികൾ തുറന്നതേയുള്ളൂ. കണ്ടത് പൊറിഞ്ചുവിനേയും വേറെ ചിലരെയുമാണ്.

"വിശ്വേട്ടൻ ഇവിടെയില്ല."

"എവിടെപ്പോയി ഒളിച്ചെടീ പെങ്കൊച്ചേ, അവൻ?"

രണ്ടുപേർ ജനലരികിൽ വന്നു. വല്ലാത്ത ഗന്ധം.

പെട്ടെന്ന് ഒരാൾ അഴികൾക്കടിയിലൂടെ അശ്വതിയുടെ കൈയിൽ കടന്നു പിടിച്ചു.

"വിടൂ, എന്നെ വിടൂ."

"അങ്ങനെയങ്ങ് വിടാനാകില്ല, തങ്കക്കൊടമേ, നിന്നെ."

"അമ്മേ, അമ്മേ."

"വിളി, അവളേം വിളി. നമ്മള് അവളേം കുറേ സുഖിപ്പിച്ചതാ."

വസ്ത്രങ്ങൾ വലിച്ചുകീറുകയാണ്. കൈ വലിച്ചെടുക്കാനാകുന്നില്ല. ശ്രമിക്കുന്തോറും തൈമ്പ് പിടിച്ച അയാളുടെ കൈപിടിക്കുള്ളിൽ ഞെരിയുകയാണ്.

"അമ്മേ, അമ്മേ." മുങ്ങിത്താഴ്ന്ന് മരിക്കുംമുമ്പുള്ള അവസാന കരച്ചിലായി മാറി, അത്.

പൊടുന്നനേ. തെക്കേമുറിയുടെ വാതിൽ തുറന്ന് അമ്മ പുറത്തു വന്നു.

തീ പാറുന്ന കണ്ണുകൾ.

"തൊറക്കെടീ വാതില്. നിന്നേം, അങ്ങനെയങ്ങ് വിടാൻ പോകുന്നില്ല."

അമ്മ കടന്നത് മച്ചിലേക്കായിരുന്നു. അവിടെനിന്നും കുതിച്ചിറങ്ങുമ്പോൾ കൈയിൽ പള്ളിവാളുണ്ടായിരുന്നു...

ജനലിന്നരികിൽ നിന്നവർ പിടിവിട്ടു! അശ്വതി പിറകോട്ട് മറിഞ്ഞുവീഴുമ്പോൾ കാൽതട്ടി വിളക്കണഞ്ഞുപോയി.

ഇരുട്ട്-വാതിൽ തുറന്ന അമ്മ.

പുറത്ത് വാൾ വീശുന്ന സീൽക്കാരം.

അലറിക്കരച്ചിൽ, കരഞ്ഞുകൊണ്ടോടുന്നവർ, പിടഞ്ഞുവീഴുന്നവർ. അപ്പോഴേക്കും അശ്വതിക്ക് ബോധം നശിച്ചിരുന്നു.

അമ്പത്തിയഞ്ച്

ഇരിങ്ങാലക്കുട അടുക്കുകയാണ് കാർ. അവിടെനിന്നു കുറച്ചു കിലോ മീറ്ററുകൾക്കപ്പുറമാണ് പറമ്പും പഴയ തറവാടും. ഒക്കെ അന്യാധീന പ്പെട്ടിട്ടുണ്ടാകണം. പിന്നീടൊന്നും അന്വേഷിക്കുകയുണ്ടായിട്ടില്ല.

ബന്ധുക്കളോ സുഹൃത്തുക്കളോ ഇല്ലല്ലോ, അവിടെ. ഹോട്ടലിൽ തങ്ങാം. പിന്നെ സൗകര്യംപോലെ കുട്ടികളെ പഴയ സ്ഥലങ്ങൾ കാണി ക്കാമെന്നാണ്, വിശ്വനാഥൻ പറഞ്ഞിരുന്നത്.

അശ്വതിയുടെ മടിയിൽ തുറന്നുവെച്ച റേഷ്മയുടെ സ്കെച്ച് ബുക്ക് അപ്പോഴുമുണ്ടായിരുന്നു.

ഇനി കാണാനുള്ള അവസാനപേജുകളാണ്.

അതിലൊന്നിലേക്ക് അവൾ വിരൽ ചൂണ്ടി.

ദുർഗാദേവിയുടെ മുഖസാദൃശ്യമുള്ള ഒരു സ്ത്രീ മരിച്ചുകിടക്കുന്നു. മുടിയിലും മുഖത്തും മുറുകെ പിടിച്ച വാളിലും ചോര ഒലിച്ചിറങ്ങി യിട്ടുണ്ട്.

നക്ഷത്രപ്പൊട്ടുപോലെ, മൂക്കുത്തി തിളങ്ങുന്നു.

"മമ്മീ, ഇങ്ങനെയായിരുന്നില്ലേ, മദർ ഇൻലോയുടെ അന്ത്യം?" മറ ക്കാൻ ശ്രമിച്ച ആ രംഗം ഓർമ്മയിൽ തെളിഞ്ഞു. സ്മൃതികൾക്ക് ജീവൻ കൊടുക്കുകയാണിവൾ. ഈശ്വരാ.

"മമ്മീ ഇത് കൂടെ കാണൂ... ദ് ലാസ്റ്റ് വൺ."

അമ്പലക്കുളത്തിൽ പൊന്തിക്കിടക്കുന്ന യുവതിയുടെ ജഡം.

അശ്വതി മുഖം തിരിച്ചു.

"എന്റെ സുജക്കുട്ടീ..."

-അത് ഒരു നിലവിളി പോലെയായിരുന്നു.

അമ്പത്തിയാറ്

മാമുണ്ണിയിൽനിന്ന് മടങ്ങി വംശപരമ്പരയുടെ പല ഘട്ടങ്ങൾ താണ്ടി അചേതനമായ കാലത്തിന്റെ അതിരുകൾക്കിപ്പുറമുള്ള വിശ്വനാഥനിൽ എത്തിയപ്പോൾ പ്രളയപയോധിക്ക് മേൽ പൊന്തിക്കിടന്ന ഇലച്ചീന്തിൽ ആർക്കോ അർപ്പിച്ച ബലിപിണ്ഡംപോലെ നിശ്ചലമായി വിശ്വനാഥന്റെ മനസ്. ഒരിളംകാറ്റുപോലും അനങ്ങിയില്ല.

ആ ദിവ്യപ്രളയത്തിന്റെ ആഴിപ്രശാന്തതയിലെവിടെയോ ബ്രഹ്മത്തിന്റെ സത്യവും സ്വത്വവുമായി പുനർജനിക്കുള്ള സ്പന്ദനം കാത്ത് ചെറുകണമായി മാറിയിരിക്കുന്നു, മാമുണ്ണി. ആത്മാവ് വിശ്വനാഥൻ എന്ന ജീർണവസ്ത്രം ത്യജിക്കുകയായിരുന്നു. അയാൾ ഒന്ന് വിറച്ചു. വിയർത്തു, ഒടുവിൽ നിശ്ചലമായി. അത് പക്ഷേ മാമുണ്ണിയുടെ ജീവസ്പന്ദമായത് അപ്പോൾ അശ്വതിപോലും അറിഞ്ഞില്ല!!

■

www.ingramcontent.com/pod-product-compliance
Lightning Source LLC
LaVergne TN
LVHW040106080526
838202LV00045B/3799